கொரோனா காலத்துக் கதை

வாசிக்க, நேசிக்க, சிந்திக்க, சிரிக்க சில
சிறுகதைகள்.

S.ஸ்ரீதர்

pencil

ISBN 978-93-5667-437-0

Published in India 2023 by Pencil

Contributors:
Illustrator: Sasi Kumar
Editor: Hariharan Sridhar

A brand of
One Point Six Technologies Pvt. Ltd.
123, Building J2, Shram Seva Premises,
Wadala Truck Terminal, Wadala (E)
Mumbai 400037, Maharashtra, INDIA
E connect@thepencilapp.com
W www.thepencilapp.com

Author biography

இந்நூலின் ஆசிரியர் திரு.S.ஸ்ரீதர், பரத நாட்டிய பாடகர் கலைமாமணி மதுரை திரு.T.சேதுராமன் அவர்களின் புதல்வர் ஆவார். இவர் தென்னக இரயில்வேயில் 39 வருடங்கள் பணியாற்றியவர். இளம் வயதிலிருந்தே கவிதை, சிறுகதை எழுதுவதில் நாட்டம் உடையவர். தென்னக இரயில்வே கணக்குப் பிரிவில் Divisional Accounts Association என்ற அமைப்பில் பல்வேறு கலை நிகழ்ச்சிகளையும், பல மேடை நாடகங்களையும் நண்பர்கள் துணையுடன் நடத்தியவர். மேலும், தென்னக இரயில்வே Vigilance Organization தயாரித்து வெளியிட்ட 'முள்ளும் மலரும்', 'மெர்சி' எனும் குறும்படங்களுக்கு கதை, வசனம் எழுதியவர். மற்றும், ஊழல் தடுப்பு விழிப்புணர்வு வாரத்திற்காக 2020 வருடம் திரு S.ஸ்ரீதர் எழுதிய ஒரு பாடலை இயங்குபடமாக தென்னக இரயில்வே Vigilance Organization வெளியிட்டது.

CONTENTS

முன்னுரை

உங்கள் நல் ஆதரவுடன் நான் படைக்கும் சிறுகதை தொகுப்புகளின் முதல் புத்தகம் ‘கொரொனா காலத்துக் கதை’.

கொரொனா.. உலகச் சக்கரத்தின் கடையாணியை கழற்றிய சொல். ஓடிக் கொண்டிருந்த உலகத்தை சற்று ஓய்வெடுக்க வைத்தது. அன்றாட இயக்கத்தை உறங்க வைத்தது. உலகம் ஒடுங்கியது.. ஊர் அடங்கியது. தொட்ட இடத்தில் நோய் தொற்றுமோ என்ற பயத்தில் கரங்களை கட்ட வைத்தது. முக கவசம் அணிவித்து மக்களின் உண்மை தோற்றத்தை உணர்த்தியது. மனிதர்களிடையே மட்டுமல்லாமல் அவர்கள் மனதிலும் இடைவெளியை ஏற்படுத்தியது. ஆயிரம் பேர் இருந்தாலும் அனாதையாய் இறக்க வைத்தது. அளவில்லாத சொத்து இருப்பவரையும், அரை வயிற்று கஞ்சி குடிப்பவரையும் சமத்துவமாய் சாகடித்தது. நீக்கமற எங்கும் நிறைந்திருக்கும் கடவுள் இருப்பிடத்தின் கதவை அடைத்தது.

நோய் தொற்றுக் காரணமாய் பயத்தில் பதுங்கியவர் பலர். இருந்தும், அதையும் பயன் உள்ளதாக்கியவரும்

உளர். மருத்துவம், துப்புறவு, காவலர் போன்று எண்ணற்றோர் கண் உறங்காமல் காத்ததில் மீண்டது மனித நேயம். மாண்டது மனிதனின் இறுமாப்பு. குடும்பங்களில் ஒற்றுமை பெருகியது. அடைப்பட்டு கிடந்தாலும் அன்புத் தாழ் திறந்தது. அகிலம் சிறக்க புதிய பாதை கிடைத்தது.

கொரொனா காலத்தை உங்களைப் போலத் தான் நானும் கடந்தேன். இளமைப் பருவத்திலிருந்து புத்தகப் பிரியன் நான். கொரொனா கால கட்டத்தில் அலுவலக வேலையை அகத்திலிருந்து செய்து மிச்சம் இருக்கும் நேரத்தில் திரைப்படங்களை OTTயில் பார்த்தேன். சமையலுக்கு காய், கனி வெட்டினேன். சந்ததிக்கு முடி வெட்டினேன். கிடைத்த ஆகாரத்தை சுவையாய் உட்கொண்டேன். சுகாதாரத்தைப் பேணினேன். பல கதைகள் படித்தேன். சில கதைகளை எழுதினேன். ஏற்கனவே எழுதிய கதைகளை மடிக்கணினியில் பதிவேற்றினேன். “அய்யா.. நான் தங்கள் இதழின் (!) நீண்ட நாள் வாசகன். ஆகவே நான் என் சொந்த கற்பனையில் எழுதிய சிறுகதையை தங்கள் பத்திரிகையில் பிரசுரம் செய்து என்னை ஊக்குவிக்குமாறு வேண்டி கேட்டுக் கொள்கிறேன்” என்றெல்லாம் யாருக்கும் அனுப்பாமல் தொகுத்து வைத்தேன். உங்களில் ஒவ்வொருவரும் இம்மாதிரியாய் ஒரு அனுபவத்தை பெற்று இருப்பீர்கள். மொத்தத்தில் ஓய்வு நேரங்களை எவ்வாறு வகுக்கலாம் என கொரொனா நமக்குச் சொல்லிக் கொடுத்தது.

வாழ்க்கையில் நடைபெறும் சில சம்பவங்களை கற்பனை கலந்து நகைச்சுவை இழையோட சொல்ல முயற்ச்சித்துள்ளேன். தங்களின் ஆதரவு எனக்கு கிடைக்கும் என்ற நம்பிக்கையோடு உங்களிடம் என் படைப்புக்களை ஒப்படைக்கிறேன். வாழ்த்தி என்னை எழுத்துலகில் வலம் வர செய்வீர்கள் என்ற நம்பிக்கையுடன்,

DJ (Disk Jockey)

என் மகனின் திருமணத்தில் தஞ்சை தணிகாசல பாகவதரை 'ரிசப்ஷனில்' பாட வைக்கலாம் என இருந்தேன். ஆனால், என் மகன், "அப்பா... நான் 'காண்டா' ஆகிடுவேன். எந்த காலத்திலே இருக்கீங்க?.. என் கல்யாணத்திலே DJதான்" முடிவாய் சொன்னான். அவன் விருப்பப்படியே DJ வை ஏற்பாடு செய்தேன். அன்று இரவு என் கனவில் தஞ்சை தணிகாசல பாகவதர், "தண்ணித் தொட்டி தேடி வந்த கன்னுக்குட்டி நான் இந்த சூரியன் வந்து சேத்தில் விழுந்தது சாமி.. சாமி.. சாமி" என அழுதபடி பாடினார்.

'ரிசப்ஷன்' களை கட்டியது. வண்ணக் கோலங்களாய் உற்றார், உறவினர் கூட்டம். மேடையில் நின்று அனைவரையும் வரவேற்று புகைப்படம் எடுத்துக் கொண்டு, "சாப்பிட்டுப் போங்க" என சம்பிரதாயமாக சொல்லிக் கொண்டிருந்தேன். 'DJ' ஒரு ஓரத்தில் கூச்சலுடன் உற்சாகமாக நடந்து கொண்டிருந்தது. என் அலுவலக அதிகாரியை பந்தியில் உட்கார வைத்துவிட்டு வரும் போது, என் மகனின் நண்பன்

மகேஷ், “அங்கிள்.. நீங்க எங்களோட dance ஆடணும்.... வாங்க” என்றான். “இல்லைப்பா..நான் மேடையில இருக்கணும்” என்று மறுத்தேன். “அட.. வாங்க” என மேலும் சில இளைஞர்கள் கையைப் பிடித்து இழுத்துப் போனார்கள்.

“அண்ணா.. மாப்பிள்ளையின் அப்பாக்கு ஒரு song போடுங்க” ஒருவன் கத்தினான். “வருது,, வருது.. விலகு.. விலகு.. வேங்கை வெளியே வருது” பாடல் ஒலித்தது. “ஹோ” கூட்டம் உற்சாகமானது. நான் இடுப்பை அசைத்து, கைகளை ‘டாட்டா’ காட்டுவது போல் ஏதோ ஆடினேன். பக்கத்தில் என் அத்தை பேத்தி சுகுணா, தலை விரித்து.. நாக்கை மடித்து.. கைகள் விரித்து ஆக்ரோஷமாய் ஆடிக் கொண்டிருந்தாள். பார்க்க பயமாயிருந்தது. நாலு வரி முடிந்ததும் அடுத்தப் பாடல்.... ”அப்படி போடு.. போடு.. கண்ணாலே”..நடனத்தை மாற்ற சற்று சிரமமாய் இருந்தது. திடீரென்று சுகுணா என் கைகளை பிடித்துக் கொண்டு, குனிந்து குனிந்து குதித்து ஆடி என் கால்களை இரு முறை மிதித்தாள். சாமி வந்து ஆடுவது போல் இருந்தது. மெல்ல விடுவித்து போக எத்தனித்தேன்.

“அங்கிள்.. இருங்க.. நாங்க ஆடுவதை பத்து நிமிஷம் பார்த்துட்டுப் போங்க” வலுக்கட்டாயமாக நாற்காலியில் உட்கார வைத்தனர். “பத்தலை.. பத்தலை.. குட்டியும் பத்தலை... புட்டியும் பத்தலை”.. ஹே.. ஹோ.. ஊ... ஊஊ..” கூச்சல் ‘டெசிபெலின்’

உச்சத்தை அடைந்தது. சுகுணாவின் உச்சி மண்டையில் அம்மன் உட்கார்ந்திருந்தாள். உற்சாகமாய் ஆடும் கூட்டத்தை நிதானமாய் பார்த்தேன்.

கமல், ரஜினி, சூர்யா, விஜய், அஜித், பிரபுதேவா, சிம்பு. சிம்ரன், திரிஷா, சாய்பல்லவி, ராஷ்மிகா, பூஜா ஹெக்டே .. இன்னும் பல திரை நட்சத்திரங்கள் அங்கே ஆடிக் கொண்டிருந்தார்கள்.

"ஹலமிதி ஹபிபோ.. ஹலமிதி வந்தாலே".. இன்னும் கொஞ்சம் கூட்டம் கூடியது. பலரும் பல விதமாய் ஆடிக் கொண்டிருந்தார்கள். மதிவாணன் பேன்ட் பாக்கெட்டிலிருந்து சில்லறையை எடுத்துப் போடுவது போல் ஆடினான். அவன் மனைவி குமுதா இடுப்பில் கை வைத்து சுழன்று சுழன்று ஆடினாள். என் மாமா மகன் சிவா மார்பில் மெல்ல அடித்துக் கொண்டு ஆடினான். வேகமாய் அடித்தால் வேறு விதமாய் இருந்திருக்கும்.

"ஓ சொல்றியா.. மாமா.. ஓஓ சொல்றியா..மாமா" என்ற பாட்டில் சில மாமாக்களும், சில மாமிக்களும் சேர்ந்து கொண்டனர். கோலாட்டம், கும்மியாட்டம் எல்லாம் கலந்து ஆடினர்.

சாப்பிட்டு விட்டு 'ஐஸ்க்ரீம்' நக்கிக் கொண்டே வந்த பஞ்சாபகேசனும், பர்வதமும் இவர்களுடன் சேர்ந்து கொண்டனர்.. கூட்டம், "come on.. come on" என போதை ஏற்றியது. பஞ்சாபகேசன் 70 வயதையும்

பர்வதம் 67யும் நெருங்குகிறார்கள். ஒருவன், "வைஷாலி.. வைஷாலி.. வா.. வா.. இங்க பாரு.. இவங்களே ஆடறாங்க" என அழைத்தான். Beauty Parlorல் மெருகேற்றிய அழகுடன் 'லெஹெங்கா' அணிந்த அந்த யுவதி, "No Ram.. I am not interested in dancing please. don't compel me" என மறுத்தாள். "டேய்.. அவ ஆடாத ஆட்டமா" மெல்ல ஒருவன் அடுத்தவனிடம் கிசுகிசுத்தான். இருவரும் சிரித்தார்கள். பஞ்சாபகேசன் மாமா தன் ஓடாத ஸ்கூட்டரை 'kick start' பண்ணுவது போல் ஆடினார். பர்வதம் மாமி பத்து கிலோ சாணியை பரப்பி அதை மிதிப்பது போல் வயதுக்கு சம்பந்தமில்லாமல் ஆடிக் கொண்டிருந்தார்.

நடனமாடுபவர்களைச் சுற்றி நிற்பவர்களைப் பார்த்தேன். சிலருக்கு ஆட ஆசை.. ஆனால் வெட்கம்.. அடுத்தவர் என்ன comment பண்ணுவார்களோ என்ற பயம். சிலர் மனதுக்குள்ளேயே கற்பனை நடனம் ஆடிக் கொண்டிருந்தார்கள். சிலர், "என்ன ஆடுறா? கரப்பான் பூச்சிக்கு கால் முளைச்சா மாதிரி" என mind voice ஓட்டிக் கொண்டிருந்தார்கள்.

'Dance is express not to impress' என்று சொல்வார்கள். ஆனால் அங்கு ஆடிக் கொண்டிருந்தவர்கள் பலர் பிறருக்காக ஆடுவது போலிருந்தது. மற்றவர்களை இழுத்து அவர்களையும் தன்னைப் போல் நடனமாட

வைத்தார்கள். நடனம் என்பது மனம் சொல்வதை கால்கள் பின்பற்ற வேண்டும். இவர்களுடன் கலந்து ஏழு, எட்டு குழைந்தைகள், முகத்தில் சிரிப்போடு தங்கள் இஷ்டத்திற்கு கால் கைகளை அசைத்து, உதைத்து, குதித்து குதித்து ஆடினர். 'உடான்ஸ்க்கு நடுவில் ஒரு டான்ஸ்' மனம் சொல்லியது.

"முக்காலா.. முக்காபிலா.. லைலா.. ஓ.. லைலா..." நாலு வரிகள்... "ஆலுமா.. டோலுமா.. ஐசாலக்கிடி மாலுமா" நாலு வரிகள்.. டூ,,டூடு..டூ...டூடு..டுட்டு டூடு" சில நொடிகள்.. "பேட்டை ராப்..பேட்டை ராப்" நாலு வரிகள்.... "கருந்தோலு கும்பலோட பட்டிக்காட்டு கூத்தை காட்டு" நாட்டுக் குத்துப் பாடலில் நாலு வரிகள். "ச்சே..என்ன அவஸ்தை இது... தாளக்கட்டிற்கு மாறி.. மாறி... மாற்றி ... ஒரு பாட்டுக்காவது முழுசாய் ஆட முடிகிறதா?"

"எங்கேயும்.. எப்போதும்... சங்கீதம்... சந்தோஷம்" கூட்டத்தின் வெளியிலிருந்து யாரோ கூப்பிட்டார்கள், "கோமளா..வா.. சீக்கிரம்.. 'ஊபர்' வந்திடுச்சு" 'கோமளா'... பெயரைக் கேட்டதும் என் முதுகுத் தண்டுவடம் சிலீரென்றது. "இளமை.. இதோ.. இதோ.. காலேஜு டீன் ஏஜுப் பெண்கள்" ஆரம்பமானது. அங்கிருந்து எழுந்து மேடைக்குச் சென்றேன். என் இளைமைப் பருவத்தை மனம் அசைபோட்டது.

1982ம் வருடம் என் பெரிய அண்ணனின் திருமணம் மதுரையில் நடந்தது. பாண்டியன் எக்ஸ்பிரசில் கிட்டத்தட்ட 70 பேர் சென்னையிலிருந்து சென்றோம். ரெயில்வேயில் வேலை செய்த சதாசிவ மாமாவின் உதவியால் ஒரே 'கோச்சில்' பயணித்தோம். கலகலவென்று பேச்சுக்கள்.. சிரிப்பு.. கேலி... கும்மாளம்.... பெட்டி முழுவதும் நிறைந்திருந்தது. பெரியவர்கள் இரவில் 'சீட்டு' ஆடினர்.. என் பெரிய அண்ணன் கற்பனை உலகத்தில் மிதந்து கொண்டிருந்தான். அவன் எண்ணங்கள் பாண்டியனை விட வேகமாய் பயணித்தது.

காலை மதுரை ரெயில் நிலையத்தை அடைந்தவுடன், எங்கள் 'கோச்' அருகே ஒருவர் வந்து வரவேற்றார், "வாங்கோ.. வாங்கோ.. நான் கிருஷ்ணமூர்த்தி.. பெண்ணுக்கு தாய் மாமன்.." அறிமுகப்படுத்திக் கொண்டு, "டேய்.. வெங்கட், ரகு, அகஸ்டின், தனபால், சுந்தர், காதர்" எனக் கூப்பிட்டார். அந்த இளைஞர்கள் எங்கள் உடமைகளை வாங்கிக் கொண்டனர். "எதுக்கு சிரமம்? போர்ட்டரை வைச்சுக்கலாமே" என் அப்பா சொன்னார். "அட. .எல்லாம் நம்ம பசங்க... வெட்டிட்டு வாடான்னா.. கட்டிட்டு வருவாங்க.. நான் காலேஜுல professorஆ இருக்கேன். நீங்க freeஆ வாங்க" என்றார்.

அந்த காலத்தில் கல்யாணத்தின் முதல் நாள் 'மாப்பிள்ளை ஊர்வலம்' நடக்கும். கல்யாணத்தன்று

இரவு 'ரிசப்ஷன்' நடக்கும். வசதி உள்ளவர்கள் 'Light Music' அல்லது 'கர்னாடக சங்கீதம்' வைப்பார்கள். சிலர் திருமணத்தில் வாசித்த 'நாதஸ்வர பார்ட்டி'யை வைத்து ஒப்பேற்றுவார்கள். இதையெல்லாம் விட சுவாரஸ்யமான நிகழ்ச்சி 'நலங்கு' தான்.

கல்யாணத்தன்று மதியம் நல்ல நேரம் பார்த்து மணமக்களை ஒரு பாயில் கிழக்கு, மேற்கு முகமாக உட்கார வைப்பார்கள். மஞ்சள் தடவிய தேங்காய், சுட்ட அப்பளங்கள். வெற்றிலை, பாக்கு, பழம், புஷ்பம், முகம் பார்க்கும் கண்ணாடி, சீப்பு ஆகியவை தயாராய் இருக்கும். மணமக்களைச் சுற்றி அனைவரும் உட்கார்ந்திருப்பர். அனுபவமிக்க பெண்கள் ஒவ்வொன்றாய் சொல்லித் தருவர். நலங்கு என்பது சுண்ணாம்பு, குங்குமம் மற்றும் மஞ்சள் கலந்த நீர் கலவை. அதை மணமக்கள் இருவரும் கால்களில் இட்டுக் கொள்வர்.

மணப்பெண் முதலில் மணமகனுக்கு கை, கழுத்து, கன்னம், கால்களில் சந்தனம் இடுவாள். மணமகனைத் தொடும் போது மற்றவர்கள் கேலியில் வெட்கப்படுவாள். பின், சீப்பால் தலை வாரி கண்ணாடி காண்பிப்பாள். "முகம் சரியா தெரியலை.. நல்லா காட்டு" கும்பல் உசுப்பேத்தும். இரண்டு சுட்ட அப்பளத்தை எடுத்து வலமாக மூன்று தடவையும், இடமாக மூன்று தடவையும் சுற்றி மணமகனின் முதுகுக்குப் பின்னால் உடைப்பாள். "சத்தம்

கேட்கலை... ஹேய்.. முதுகுல அடிச்சிட்டா” கிண்டல் தொடரும். இவைகளை மணப்பெண்ணுக்கு மணமகன் செய்வான். கண்ணாடியை திருப்பிக் காட்டுவான். குடுமி எடுத்த, மஞ்சள் தடவிய தேங்காயை இருவரும் உருட்டி விளையாடுவர். மணமகன் ஒரு கையால் தேங்காயை பிடித்துக் கொள்ள மணமகள் இரு கையால் பிடுங்க வேண்டும். “டேய்.. விடாதே.. விடாதே..” கூட்டம் ஆர்ப்பரிக்கும். விட்டுக் கொடுத்தாலோ,.. ”பார்த்தியா..இப்பவே surrender ஆகிட்டான்” என்பர். இப்போது மணமகள் முறை... அவளிடமிருந்து ஒரு கையால் அவன் பறிப்பான். இந்த விளையாட்டுக்கள் மூலமாக சின்ன உரசல், தொடுதல், பார்வைகள் அவர்களுக்குள் நடக்கும். பின் பாடத் தெரிந்தவர்கள் பாடத் துவங்குவார்கள். SPB பாட்டை TMS குரலில் பாடுவர். வயதான மாமிகள் முதல் வயசுப் பெண்கள் வரை நிறைய பாடல்கள் ஒலிக்கும்.

இப்படித்தான் என் பெரிய அண்ணன் கேசவனுக்கும் நலங்கு நடந்தது. என் சிறிய அண்ணன் ராகவன் நல்ல பாடகன். அவன் பாட ஆரம்பிக்கும் போது அறிவித்தான், “எங்களது தம்பி சீனு என் பாட்டிற்கு dance ஆடுவான். அனைவரும் அமைதியாக ரசிக்கவும்”. நானும், ராகவனும் ஏற்கனவே பேசி வைத்தது தான்.

“பொதுவாக என் மனசு தங்கம்..ஒரு போட்டின்னா வந்ததுன்னா சிங்கம்” ஒரு துண்டை வைத்துக் கொண்டு ரஜினி போல் ஆடினேன். அடுத்து, “கூடையில கருவாடு..கூந்தலிலே பூக்காடு” ‘ஒரு தலை ராகம்’ பாடல். “பொழுதோட கோழி கூவுற வேளை.. ராஜாதி ராஜன் வராண்டி முன்னே” என்ற வரிகளுக்கு திருநங்கை போல் ஆடினேன். கூட்டம் ரசித்து கைத் தட்டியது. “என்னடி மீனாட்சி.. சொன்னது என்னாச்சு” கைகளை விரித்தேன். கமல் என்னுள் இறங்கினார். “வார்த்தை தவறி விட்டாய் கண்ணம்மா.. என் மார்பு துடிக்குதடி” முட்டிப் போட்டு நெற்றியில் கை வைத்து உருக்கமாய் நடித்தேன். கைத் தட்டல்கள், விசில்கள்..எங்கள் இருவருக்கும் நிறைய பாராட்டுக்கள். “பிரமாதம்டா அம்பி.. சினிமா துறையில போனா நீ கொடி கட்டி பறப்பே” பெரியவர் ஒருவர் சொன்னார். நலங்கு முடிந்து ஆரத்தி எடுத்தார்கள். பின் ஒரு சிறிய சிற்றுண்டி.

சிற்றுண்டியை மெதுவாக சாப்பிட்டு விட்டு கை அலம்பப் போனேன். குனிந்து குழாயை திருகினேன். அருகில் மதுரை மல்லிகையின் ‘கமகம’ வாசனை.

“நீங்க superஆ ஆடினீங்க”. பக்கத்து குழாயை திருகிக் கொண்டே ஒரு தேவதை பேசியது. மஞ்சள் கலந்த அவள் தங்க நிற முகத்தில் கூர்மையாய் இருந்த நாசியின் நுனியில் முத்துப் போல் சிறிய நீர் துளிகள். இரட்டை பின்னலில் ,‘பிங்க்’ நிற

சட்டையும், நீல 'இங்க்' நிற பாவடையும் அணிந்திருந்தாள். "நீங்க Madras தானே?" கை அலம்பியபடி கேட்டாள்.

"ஆமாம்" பதிலளித்தேன். "என்ன படிக்கிறிங்க?" "B.A.Economics first year… நந்தனம் ஆர்ட்ஸ் காலேஜ்… நீங்க?"

"நான் 10th.. K.புதூர்ல லூர்து அன்னை பள்ளி". "நீங்க dance கத்துக்கிட்டீங்களா?… நல்லா ஆடறீங்களே" கர்சீப்பால் கையை துடைத்துக் கொண்டே கேட்டாள். அவள் காதில் குடை போன்ற தோடு அவள் பேசிய போது அழகாய் நடனமாடியது.

"இல்ல..அப்படியே பார்த்து கத்துக்கிட்டது" என்றேன். பாத்திரம் கழுவ வந்த ஒரு சமையல்கார மாமா எங்களை சந்தேகமாய் பார்த்துக் கொண்டே போனார்.

"நான் இதுவரைக்கும் மதராஸ்க்கு வந்ததில்லை.. Beach பார்க்கணும்னு ஆசை" பின் இருந்த ஒரு பின்னலை முன் பக்கத்தில் போட்டு பிடித்துக் கொண்டே பேசினாள். பின்னலின் நுனியில் மயிற்கால்கள் காற்றில் ஆடியது.

"எங்க வீடு பீச்சிலிருந்து ஒரு கிலோ மீட்டர் தான்."

"நீங்க தினமும் beachக்கு போவீங்களா?"

“நீங்க Madras வந்தா தினமும் நாம போகலாம்” வழிந்தேன். அவள் கலகலவென சிரித்தாள்.

“நேத்து நீங்க போட்டிருந்த பச்சை கலர் சட்டை, வெள்ளை பேன்ட் அழகா இருந்தது.”

“என்ன? நேத்து நீ வந்தியா? நான் பார்க்கலியே”. “என்னையெல்லாம் எங்க நீங்க பார்க்கப் போறீங்க?”. “ஹேய்.. sorry.. சத்தியமா நான் பார்க்கலை”. “நீங்க மாப்பிள்ளை ஊர்வலத்தில் காருக்கு வலது பக்கத்திலே நடந்து வந்தீங்க.. நான் பின்னாடி… ladies சீர் தட்டு எடுத்து வந்தாங்களே.. அவங்க கூட வந்தேன்”.

அப்போது ஒரு மாமா அங்கு வந்து, “கோமளா.. நீ இங்கதான் இருக்கியா? அப்பா உன்னை கூப்பிட்டுண்டு இருக்கார்.. போ..போ” அவசரப்படுத்தினார். “நான் வரேன்” ஓடினாள். “ஏய்.” என்றேன். மாமா என்னைப் பர்த்தார். சிறு புன்னகையுடன் அங்கிருந்து நகர்ந்தேன்.

எதிரே வந்த என் அப்பா, “எங்கடா இருந்த இவ்வளவு நாழி? அம்மாக்கு தலை வலிக்கிறதாம்… அமிர்தாஞ்சன் தேடிக் கொடு” விரட்டினார். அம்மாவுக்கு கொடுத்துவிட்டு அவளைத் தேடினேன். காணவில்லை.

இந்தக் காலம் போல் தொலைத் தொடர்பு கருவிகள் அப்போது இல்லை. அவள் யாரென்றே எனக்குத் தெரியாவிடிலும், அவளுடன் பேசிய அந்த கணங்களை அடிக்கடி நினைத்துக் கொள்வேன். வயிற்றில் பட்டாம்பூச்சி பறக்கும். அண்ணனின் கல்யாண ‘ஆல்பம்’ வந்தவுடன் ஆர்வமாய் புரட்டிப் பார்த்தேன். மாப்பிள்ளை ஊர்வல புகைப்படத்தில் மட்டும் கோமளா இருந்தாள்... கடைக் கண்களால் என்னை பார்த்தபடி. மதுரைக்கு போவதற்கும் வாய்ப்பில்லை. அவளைப் பற்றி அண்ணியிடம் கேட்கவும் பயம். “படிக்கிற வயதில் என்னடா இதெல்லாம்” அப்பா beltஐ உருவிடுவார். எனக்கு மேல் என் சின்ன அண்ணன் மற்றும் அக்கா. இவர்களுக்கு திருமணம் ஆகி அதற்குப்பின் தான் எனக்கு. வேலை கிடைத்து ஊர் ஊராக் சுற்றி.. கால சுழற்சியில் கோமளா என்னை விட்டுக் காணாமல் போனாள். இப்போதும் கூட என் அண்ணனின் கருப்பு வெள்ளை கல்யாண ஆல்பத்தில் கோமளா மட்டும் வண்ணமாய் எனக்குத் தெரிவாள்.

இரண்டு மாதங்கள் கழித்து மாம்பலத்திற்கு ஒரு வேலையாய் போனேன். நான் சென்ற அந்தத் தெருவில் தான் பஞ்சாபகேச மாமா வசிக்கிறார். அவர் வீட்டருகே இருக்கும் அம்மன் கோவிலில் ஏதோ விழா போல. .ஸ்பீக்கரில், “செல்லாத்தா.. செல்ல மாரியாத்தா” LR ஈஸ்வரி அம்மனை அழைத்தார். மாமா வீடு பூட்டியிருந்தது. அப்போது ஆட்டோ ஒன்று அங்கு வந்தது. பஞ்சாபகேச மாமா

அதிலிருந்து இறங்கினார். “எவ்வளோப்பா?”. “245”. மாமா கத்திக் கேட்டார்,” எவ்வளவு?”. அம்மன் கோவில் ஸ்பீக்கர் வால்யூமை ஒருவன் அதிகப்படுத்தினான். “நீ பாம்பாக மாறி அதை பாங்காக குடித்துவிட்டு தானாக ஆடிவா நீ மாரியாத்தா” ஆட்டோ டிரைவர் கோபமானான், “த்தா..எவ்வளவு சவுண்டு.. 245 ரூபா சார்” என்றான். மாமா பணத்தை எடுத்தபடியே, “இறங்குடி” என்றார். பர்வதம் மாமி ஆட்டோவிலிருந்து மெல்ல இறங்கினாள். இரண்டு கால்களிலும் கட்டுப் போட்டு ஒரு வாக்கிங் தடியுடன்…

அருகில் சென்று, “என்ன மாமா ஆச்சு?” சத்தமாய் கேட்டேன். “DJ” என்றார் எரிச்சலுடன். “என்னது?” “Disc Jam” “Disorder Joint” முட்டி தேய்ந்து ஜவ்வு கிழிந்திடுச்சாம். கொஞ்சமாவா ஆடினா” கடுப்பானார். மாமி வலியுடன் என்னைப் பார்த்து புன்னகைத்தாள். “இது வரை மூணு லட்சம் செலவழிச்சிட்டேன். ஒரு முன்னேற்றமும் இல்லை” பூட்டைத் திறந்து மாமியை உள்ளே அனுப்பினார். “எனக்கு பல்லாவரத்தில் ஒரு ortho தெரியும்.. வேணும்னா”… இழுத்தேன். ”வேண்டாம்பா. நான் பார்த்துக்கிறேன்” கையெடுத்து கும்பிட்டார். ‘நீ ஒரு ஆணியும் புடுங்க வேண்டாம்’ என்பது போலிருந்தது. என்னை ‘உள்ளே வா’ என்று கூப்பிடக்கூட இல்லை.. போய் விட்டார்.

“ஆடல் கலையே தேவன் தந்தது.. தேவனின் ஆடலில் தான் ஜீவன் வந்தது” அம்மன் கோவிலிலிருந்து யேசுதாஸ் சூழ்நிலைக்குப் பொருந்தாமல் பாடினார்.

******

ரத்தம்

பாபுஜி மருத்துவமனை, 'D' பிளாக், நாலாவது தளத்தில் அறை எண்.406ல் நான் என் செல் ஃபோனில் 'colour sorting' விளையாட்டை விளையாடிக் கொண்டிருந்தேன். இந்த விளையாட்டைப் பற்றி உங்களில் அநேகம் பேர்க்கு தெரிந்து இருக்கும். சில குப்பிகளில் பலவித வண்ணங்களில் நீர் அடுக்கப்பட்டிருக்கும். கூடவே இருக்கும் இரு காலி குப்பிகளின் உதவியுடன் வண்ணங்களைப் பிரித்து குப்பிகளில் ஒரே வண்ணமாய் நிரப்ப வேண்டும். எனக்கு மிகவும் பிடித்தமான விளையாட்டு. நேரம் போவது தெரியாமல் விளையாடுவேன். வயிறு சற்று பாரமாயிருந்தது. 'Rest Room' சென்றேன். நான் உள்ளிருக்கும் போது யாரோ அறைக் கதவை திறப்பது போலிருந்தது. "தாழ்ப்பாள் போடாமல் வந்து விட்டேனே… ஒரு வேளை சுமதி வந்து விட்டாளோ?" வெளியே வந்தேன். அறையில் ஒருவர் குழப்பமாய் நின்றிருந்தார். கிராமத்திலிருந்து வந்தவர் போலிருந்தார். தோராயமாய் 50 வயதுக்குள் இருக்கும். கருப்பு நிற தேகத்தில் இருந்த அவரின் நெற்றி வியர்வையில் பளபளத்தது. வெள்ளை

சட்டை வேஷ்டியுடன், தோளில் பச்சை நிற துண்டு போட்டிருந்தார். கையில் ஒரு துணிக்கடை பை... 'அமுதா துணிக்கடை, திருக்கழுங்குன்றம்'....

"என்னங்க வேணும்?" கேட்டேன். "இல்ல.. நான் தப்பான அறைக்கு வந்துட்டேன்... மன்னிச்சுடுங்க".. வணங்கிவிட்டுச் சென்றார். நான் ஆட்டத்தைத் தொடர்ந்தேன்.

சிகப்பு நிறத்தை ஒரு குப்பியில் ஊற்றும் போது இரண்டு நாட்களுக்கு முன் நிகழ்ந்த பரபரப்பான நேரங்கள் நினைவுக்கு வந்தது. தருண் ஆபிஸ் சென்று சிறிது நேரத்திற்குப் பின் தொலைபேசி அழைத்தது. "பிரபு சாரா?... வீகா சாஃப்ட்வேர்-ல வேலை செய்யற தருணுக்கு நீங்க என்ன சொந்தம்?" "நான் அவன் அப்பா..நீங்க?". "நான் ராம்.. என்னை உங்களுக்குத் தெரியாது.. தருணுக்கு ஒரு சின்ன ஆக்ஸிடன்ட்.... கவலைப் படாதீங்க.. ஒண்ணும் பெரிய ஆபத்தில்லை.. பாபுஜி ஆஸ்பிடல் வாங்க". பதறிப் போனேன். சுமதி புரண்டு அழுதாள். பக்கத்து வீட்டில் இருந்தவர்கள் வந்து ஆசுவாசப்படுத்தினார்கள். "கவலைப் படாதீங்க...உங்க நல்ல மனசுக்கு ஒண்ணும் ஆகாது" ஆறுதல் சொல்லி என் காரில் அழைத்து வந்தனர்.

டாக்டர் சிவஞானம் தங்க நிற ஃப்ரேமில் கண்ணாடி அணிந்து மாநிறமாய்...உயரமாய்..நெற்றியில்

சந்தனம் குங்குமப் பொட்டோடு அன்பாய் பேசினார். “கவலைப்பாதீங்க…ஒண்ணும் மேஜராய் இல்லை… கால் முறிவு.. கொஞ்சம் ரத்தம் வீணாயிடுத்து..ப்ளேட் வைக்கும்படியாக இருக்கும்.. நீங்கப் போய் அவரைப் பார்க்கலாம்”.

பாபுஜி மருத்துவமனை ஒரு ஐந்து நட்சத்திர ஹோட்டல் போலிருந்தது. நல்ல வேளை,, என் பையனின் அலுவலகத்தில் ‘இன்சூரன்ஸ்’ பாலிஸி போடப்பட்டிருப்பதால்… செலவுகளை அது ஏற்றுக் கொண்டது. ஆனால், அவன் ரத்தம் தான் அரிய வகையான ‘AB negative’.. அது கிடைப்பது தான் சற்று சிரமமாக இருக்கிறது. பல வித வகைகளில் நாங்களும் மருத்துவமனையும் முயற்சி செய்து ரத்த தானர்களை வரச் செய்கிறோம். இன்றும் அவனுக்கு ஒரு யூனிட் ரத்தம் தேவைப்படுகிறது. சுமதி அது குறித்து தான் டாக்டரிடம் பேசப் போயிருக்கிறாள்.

ஒரு காபி சாப்பிடலாம் போல இருந்தது. எழுந்து அலமாரியிலிருந்த பர்ஸை எடுக்கப் போனேன். பர்ஸ் திறந்து இருந்தது. அதில் இருந்த ஆறாயிரம் ரூபாயைக் காணவில்லை. பதட்டமாய் தேடினேன். கிடைக்கவில்லை. சுமதிக்கு தெரிவிக்கலாமா என நினைத்தேன். ‘வேண்டாம். கன்னாபின்னாவென்று திட்டுவாள்’ மனம் சொல்லியது. மீண்டும் பதட்டப்படாமல் தேடினேன். ஹூம்.. எங்கும் இல்லை. நிதானமாய் யோசித்தேன். அந்த கிராமத்து மனிதர் கண்களில் வந்தார். “அடப் பாவி.. அவன்

தான் எடுத்திருக்க வேண்டும். என்ன வேணும்?னு கேட்டப்போ திருட்டு முழி முழிச்சானே…”

அறையை பூட்டிவிட்டு ரிசப்ஷனில் இருந்த நர்ஸிடம் காபி சாப்பிட்டுவிட்டு வருகிறேன் என்றேன். அவளிடம், “கொஞ்ச நேரத்துக்கு முன்னாடி ஒரு கிராமத்து ஆள் மாதிரி ஒருத்தர் வந்தாரே..பார்த்தீங்களா?” எனக் கேட்டேன். “ஆமா சார்.. அவர் பக்கத்து பில்டிங் போகணும்.. தப்பா வந்துட்டார். ஏன் சார்?” என்றாள். “இல்லை.. சும்மாத்தான்… வரேன்”. ‘அவனை கையும் களவுமா பிடிக்கணும்’ மனதில் சொல்லிக் கொண்டே வேகமாய் நடந்தேன்.

பக்கத்து கட்டடமும் ஏழு மாடிகள் கொண்டதாய் இருந்தது. இதில் எந்த மாடியில் அவனைத் தேடுவது? மலைப்பாயிருந்தது. சுற்றும் முற்றும் பார்த்தேன். இது போன்று ஆறு பில்டிங் இருந்தது. ஒவ்வொரு நோய்க்கும் ஒரு கட்டிடம். இவ்வளவு வகையான வியாதிஸ்தர்களா? என்ன வாழ்க்கை இது?

எங்களுக்கு சிறு வயதில் ஏதாவது நோய் வந்தால் டாக்டர் குணசேகரிடம் கூட்டிப் போவார் என் அப்பா. டோக்கன் குடுத்து உட்கார வைப்பார்கள். நோயாளிகள் கருப்பு கம்பளியோ அல்லது ஒரு சால்வையோ போர்த்திக் கொண்டு.. லொக்.. லொக்.. என இருமிக் கொண்டோ…

”அய்யோ..அம்மா..தாங்க முடியலையே” எனப் புலம்பிக் கொண்டோ இருப்பார்கள். நடுநடுவே ‘medical reps’ம் பெரிய லெதர் பை மாட்டிக் கொண்டு டாக்டரைப் பார்க்க உள்ளே செல்வார்கள். ஒரு இள வயதுப் பெண் டோக்கனை முறையாக வினியோகித்து உள்ளே அனுப்புவாள்.

டாக்டர் குணசேகரன் அன்பாய் சிரித்து, சிறிய முக்காலியில் நோயாளியை உட்காரச் சொல்வார். காதில் ‘ஸ்டெதாஸ்கோப்பை’ மாட்டிக் கொண்டு “மூச்சை நல்லா இழுத்து விடுங்க... பின்னடி திரும்புங்க... நாக்கை நீட்டுங்க” கட்டளையிடுவார். மூக்கிலும், கண்களிலும் ‘டார்ச்’ அடித்துப் பார்ப்பார். நோயாளியும் அவரை அழைத்து வந்தவரும் சொல்லும் தகவல்களை பொறுமையாய் கேட்டுக் கொண்டே மருந்து எழுதித் தருவார். மீண்டும் இந்த நோய் வராமலிருக்க என்ன செய்ய வேண்டும்.. என்ன சாப்பிட வேண்டும் என சொல்லித் தருவார். அவர் தரும் மாத்திரை மருந்துகளை நான்கு நாட்கள் சாப்பிட்டாலே போதும்.. உடல் பழைய நிலைக்கு வரும். இத்தனைக்கும் அவர் பத்து ரூபாய் தான் feesஆக வாங்குவார். அது ஒரு ஆரோக்கிய காலம்.

அந்த கட்டடத்தின் உள்ளே சென்றேன். வெள்ளை சட்டை... வேட்டி அணிந்து துணிப்பை சகிதம் யாராவது உள்ளார்களா என உற்று நோக்கிக் கொண்டே நடந்தேன். மனிதக் கூட்டம்... கண்கள்

வலித்தது. 'பணம் எடுத்தவன் இங்கேயா உலத்துவான்..எப்பவோ போயிருப்பான்' மூளை சொன்னது. 'இல்லை.. எங்காவது இங்கே இருப்பான்' மனம் சொல்லியது. ஒவ்வொரு தளமாய் சென்று பார்க்க முடிவு செய்தேன்.

ஒவ்வொரு தளமாய் தேடி வந்த நான், நான்காவது தளத்தில் என் மனைவி சுமதியைக் கண்டேன். "நீங்க இங்க என்ன பண்றீங்க?". "அது வந்து காபி குடிக்கலாம்னு வந்தேன்" என்றேன். "பைத்தியமா நீங்க?.. காண்டீன் கீழேதானே இருக்கு".

அப்போது அந்த வராண்டாவில் சிறிது தூரத்தில் ஒரு நர்ஸுடன் அந்த கிராமத்து ஆள் வந்து கொண்டிருந்தான். என் மூளை கொதித்தது. "இரு வரேன்". வேகமாய் அவர்கள் அருகே போனேன். "எங்கடா என் பணம்?" அவன் சட்டையைப் பிடித்தேன். "எந்த பணம்? யாரு நீங்க?" புரியாமல் பார்த்தான். "நடிக்காதடா" கை விரல்களை மடக்கி மூஞ்சியில் குத்து விட்டேன். சற்று விலகி அவன் பற்களை பதம் பார்த்தது.

அவன் வாயில் கை வைத்துப் பார்த்தான். ரத்தம் கசிந்தது. "ஏன் சார்..படிச்சவங்க மாதிரி இருக்கீங்க... மிருகத்தனமா நடந்துக்கிறீங்க" நர்ஸ் முறைத்தாள். சுமதி பரபரப்புடன் ஓடி வந்து, "என்னங்க ஆச்சு? ஏன் அவரை அடிச்சீங்க?" கத்தினாள். "சுமதி...நம்ம ரூமுக்கு வந்து பர்ஸில

இருந்த ஆறாயிரம் ரூபாயை இவன் திருடிட்டான்" முச்சிரைக்க சொன்னேன்.

"அறிவு இருக்கா உங்களுக்கு?.. அதை நான் ரூமை விட்டு கிளம்பும்போது எடுத்து என் பர்ஸில் வைத்துக் கொண்டு உங்களிடம் சொன்னேனே.. நீங்க மும்முரமா அந்த பாழாப் போன செல் ஃபோனில் 'கேம்' விளையாடிக் கொண்டிருந்தீங்களே" தலையில் அடித்துக் கொண்டாள். "ஏங்க..அவரு யாரு தெரியுமா? நம்ம பையனுக்கு ரத்தம் கொடுக்க வந்தவருங்க" அழுதாள். குற்ற உணர்ச்சியில் என்னால் பேசக்கூட முடியவில்லை.

"அய்யா.. என் கணவர் சார்பில உங்ககிட்டே மன்னிப்பு கேட்கிறேன்" காலில் விழப் போனாள். "ஐய்யோ.... அம்மா.. அதெல்லாம் வேண்டாம்" நகர்ந்து கொண்டார். நர்ஸ் பஞ்சை வைத்து அவன் உதட்டை துடைத்தாள். எனக்கு அவமானமாயிருந்தது. கை கூப்பி, "என்னை மன்னிச்சுடுங்க" என்றேன். "பரவாயில்லை சார்.. உங்க பையனுக்கு ஒரு யூனிட் கொடுத்தேன்..உங்களுக்கு இரண்டு சொட்டு கொடுத்ததா நினைச்சிக்கிறேன். "என்ன சார் இப்படி அவசரப் பட்டிட்டீங்க.. இவரோட ரத்தம் அரிய வகை.. எப்படியோ அவரைத் தொடர்பு கொண்டு கேட்டவுடன் ஒத்துக்கிட்டு உடனே வந்தார்.. நல்ல மனுஷன் சார் அவர்" நர்ஸ் நெகிழ்ச்சியுடன் சொன்னாள். "அவரு வயல்ல அறுவடை நடக்குதாம்..

அதையெல்லாம் விட்டுட்டு வந்தாராம்" சுமதி அழுதாள். தலை குனிந்தேன். "என்ன பண்றது? ஆண்டவன் நம்ம எல்லார்க்கும் ரத்தத்தை ஒரே நிறத்தில கொடுத்திட்டு மத்த விஷயங்களில் நிற வேற்றுமையை தந்துட்டான்" வலி நிறைந்த புன்னகையுடன் சொன்னான்.

"அவசரப்பட்டு புத்திக்கெட்டு நடந்துக்கிட்டேன்.. மன்னிச்சுடுங்க.. நான் வேணும்னா உங்களை என் காரில் கொண்டு போய் விடுகிறேன்" என்றேன். "வேண்டாங்க.. நான் கார்ல தான் வந்திருக்கேன். வரேன்" வணங்கிவிட்டுச் சென்றார். மனிதர்களின் உண்மையான நிறத்தைப் பிரிக்கத் தெரியாத முட்டாள் நான் என்பதை அப்போது உணர்ந்தேன்.

******

கொரோனா காலத்துக் கதை

என் பெயர் ராஜா. நான் பிரபலமான P.R.L. Group கம்பனியில் பணி புரிகிறேன். தமிழ் நாட்டில் P.R.L. Group பற்றி தெரியாதவர்களே கிடையாது P.ராமலிங்கம்... பல அரசியல்வாதிகளுக்கு நெருக்கம். நூற்றுக்கணக்கான தொழில்களுக்கு அதிபர். நான் P.R.L. Business Solutions என்ற கம்பனியில் ஒரு Team Leader-ஆக இருக்கிறேன். சொந்த ஊர் கும்பகோணம். வேலை நிமித்தமாய் சென்னையில் தனியாக கவுல்பஜாரில் அறை எடுத்து தங்கி இருக்கிறேன். இப்போது 'Work from Room'.

கதை அதுவல்ல.. இந்த 144 உத்தரவால் 20 நாட்களாக சொந்த ஊருக்கு போக முடியாமல் மாட்டி கொண்டு விட்டேன். இந்த ஊர் பெயர் கவுல்பஜார். பக்கத்தில் ஒரு டீ கடை, மளிகை கடை, சலூன், பொட்டி கடை... அவ்வளவுதான். மற்றபடி வேறு பஜாரெல்லாம் கிடையாது. பக்கத்து வீட்டில் ஒரு மாமியிடம் காசு கொடுத்து சாம்பார், பொரியல் வாங்கி, நானே சாதம் வைத்து சாப்பிடுகிறேன். தலையில் முடி வளர்ந்து, எனக்கே என்னை அடையாளம் தெரியவில்லை.

மாமி சொன்னாள் "ராஜா, நம்ம சேகர் விடியறத்துக்கு முன்னாடி கடையை திறக்கிறானாம். சொல்லச் சொன்னான்". "அப்படியா" சந்தோஷமானேன்.

காலை 4.30 மணிக்கு அலாரம் வைத்து எழுந்து இருட்டில் சேகர் சலூன் சென்றேன். அவன் காத்திருந்தான். "வாங்க சார்..உட்காருங்க".. அந்த காலை வேளையிலும் பெருமாள் படத்துக்கு பூ போட்டு 2 ஊதுவத்தி கொளுத்தி வைத்திருந்தான். முகத்தில் 'மாஸ்க்' போட்டிருந்தான். ஸார்.. கட்டிங்கா.. சேவிங்கா?". அவன் 'மாஸ்க்' பாஷை புரியவில்லை. "உட்காருங்க" அவசரபடுத்தினான். கட்டிங்க் ஆரம்பித்தான்.

நான் பள்ளிக்கூடம் போன நாட்களில் அப்பாதான் முடி வெட்டிக் கொள்ள கூட்டிப் போவார். கும்பகோணம் சக்ரபாணி கோவில் வீதியில், "சிவா ஹேர் ஸ்டைல்" என்று பல நிற விளக்குகளால் அலங்காரம் செய்ய பட்டிருக்கும். அங்கு என்னை கூட்டிப் போகாமல் அதைத் தாண்டி ஒரு சந்தில் "மணி முடித்திருத்தகம்" என்ற கடைக்கு கூட்டிப் போவார்.

வெளியில் இருந்து, "மணி" என்று கூப்பிடுவார். அவர் குரல் கேட்டதும் மணி துண்டை இடுப்பில் கட்டிக் கொண்டு பவ்யமாய் வருவார். சுமார் 65 வயது இருக்கும்.... தேய்ந்து போன டூத்

பிரஷ் போல தலையில் முடி வைத்து… தீயில் வெந்த கட்டை போல் கருப்பு நிறத்தில் தேகம் மெலிந்து.. கண்கள் உள் அடங்கி… சொத்தை வேர்கடலைகளை வாயில் அடுக்கினாற் போல் பற்களுடன் மகிழ்ச்சியாய் வரவேற்பார். வாசலில் இருக்கும் பென்ச்சை துடைத்து அப்பாவை அமர சொல்லுவார். என்னை உள்ளே அழைத்து அப்பாவுக்கு "பாரத் பிரதமர் தமிழ் நாட்டிற்கு வருகிறார்" என்று கொட்டை எழுத்தில் போட்டிருக்கும் 'தினத்தந்தி' யை கொடுப்பார்.

என்னை நாற்காலியில் அமர வைப்பார். நேற்று அடித்த சரக்கின் வாசத்தோடு கத்திரிகோலை வார் பட்டையில் தீட்டுவார். கொஞ்சம் பொடி எடுத்து மூக்கில் உறிஞ்சி "அச்..அச்" என்று தும்முவார். மூக்கில் இருந்து முடி துகள்கள் தரை எங்கும் சிதறும். நாற்காலியின் கீழே ஒரு காலில் செங்கல் வைத்து adjust செய்திருப்பார். முருகர், லக்ஷ்மி, பிள்ளையார் படம் சந்தனம் குங்குமம் இட்டு தொங்கும். எதிரே இருக்கும் கண்ணாடியில் பாதரசம் பாதிரசம் போய்..ஆசிட் ஊற்றிய முகம் போல் இருக்கும். நம் முகம் அதில் அங்கங்கே தெரியும்.

தோய்த்து மூன்று மாதங்களாய் ஆகி இருக்கும் வெள்ளையும் பழுப்பும் கலந்த துணியை மேலே போர்த்துவார். "தம்பி, நல்லா படிக்கிறியா?" என்ற கேள்வியுடன் முடி வெட்ட தொடங்குவார். கத்திரிகோல் மழுங்கும் வரை என்

தலையில் மேய்ந்து விட்டு, எச்சில் துப்புவது போல் ஒரு ஸ்பிரே அடித்து, ஒரு சிறிய டவலால் ‘டப்..டப்’ என் கழுத்தில் அடித்து, முகத்திற்கு பவுடர் பூசி நாற்காலியிலிருந்து என்னை இறக்குவார். வெளியே அழைத்து வந்து அப்பாவிடம் ஒப்படைக்கும் போது, “தம்பி, நல்லா படிக்கணும்.. அப்பா சொல்றதை கேட்கணும்” எனச் சொல்வார். அப்பா 2 ரூபாய் அதிகமாக சேர்த்து பென்ச் மீது வைப்பார்.

நான் காலேஜ் சேர்ந்ததும் முதல் வேலையாய் ‘சிவா ஹேர் ஸ்டைல்” போனேன். குளிரரூடப்பட்ட அந்த சலூனில் சுற்றிலும் கண்ணாடிகள். அதற்கிடையே, நம் பின்புறம் இரண்டு அடி நீளத்தில் ஒரு அழகி வெள்ளை நிற ஆடையில் நம்மை உற்று பார்ப்பது போல் ஒரு படம். அவளின் ஆடை அவள் முழு மேனியை இலை மறை காய் மறையாய் காட்டும். வலது பக்கத்தில் இரத்த சிவப்பில் உதடுகளோடு சிவப்பு ஆடை உடுத்தி ஒருத்தி குனிந்து ஒரு சிவப்பான பழச்சாறை பருகுவாள். இடது சுவற்றில் முத்துக்கள் மட்டுமே கோர்க்கப்பட்ட ஆடையை அணிந்து ஒருத்தி நம்மை ஒரு விரலால் ‘வா’ என்று அழைப்பாள். முடிதிருத்துபவர் எந்த பக்கத்தில் நம்மை திருப்பினாலும் சொர்க்கத்தில் நுழைவது போல இருக்கும். அங்கு வருபவர்கள் ஏனோ முடிவெட்டியப் பின்னும் உடனே அங்கிருந்து போக மாட்டார்கள். இப்போதும் ஊருக்கு போனால் அங்கு தான் போவேன். தற்போது இன்னும் 2 அழகிகள் படம் கூடுதலாய் இருக்கிறது.

என் நினைவுகளை கலைத்தது வெளியே ஒரு குரல், “யோவ்… யாருயா... அறிவில்லை.. 144 இருக்கில்ல?.. எப்பிடியா கடையை திறப்பே?” கேட்டுக் கொண்டே இரண்டு போலீஸ்காரர்கள் உள்ளே வந்தார்கள். “இதோ.. இப்போ முடிஞ்சுடும்” சேகர் பவ்யமாய் பதில் சொன்னான். அவர் லத்தியை உயர்த்தினார். சேகர் அவசரமாக உபகரணகங்களை உள்ளே போட்டு பூட்டினான். “சார்..பாதி தான் ஆகியிருக்கு” மெதுவாய் சொன்னேன். “யோவ்.. உயிர் முக்கியமா..மயிர் முக்கியமா?” லத்தியால் நாற்காலியில் அடித்தார். ‘தபால்’ என்று குதித்து வெளியே ஓடினேன்.

ரூம் வந்து கண்ணாடியில் தலையைப் பார்த்தேன். பின் தலை முழுவதும் ஏதோ கொத்து பரோட்டாவை எலி குதறியது போல் இருந்தது. மாமி வீட்டுக்கு தலையில் துண்டு போட்டு போனேன். “என்ன ராஜா.. ஊர்ல எல்லாரும் வாயையும் மூக்கையும் மூடறாங்க.. நீ தலையை மூடி இருக்கே?” கிண்டலாய் கேட்டார். அவங்களுக்கு நடந்தது தெரிஞ்சிருக்கும். TV-யை போட்டேன். அதில், தொழில் அதிபர் P.ராமலிங்கம் முதல்வர் நிதிக்கு 7 கோடியும், பிரதமர் நிதிக்கு 3 கோடியும் தந்ததாக அறிவித்தார்கள். நான் இழந்த முடிக்கு முன்னால் எனக்கு கோடிகள் பெரிதாக தெரியவில்லை.

ஷேவ் செய்து குளித்து விட்டு தலையைப் பார்த்தேன். எந்த மாற்றமும் இல்லை. 08 மணிக்கு என் Manager video call-ல் வந்தார். எடுப்பதா வேண்டாமா என்ற குழப்பத்தோடு எடுத்தேன். "ராஜா.. we have an urgent meeting today at 11 hours. I will send a cab". "சார்.. அது வந்து.. வந்து.." இழுத்தேன். "உனக்கு உடம்புக்கு ஒண்ணும் இல்லேயே?" சந்தேகத்தோடு கேட்டார். "அது இல்லை.. 144 இருக்கு.. அதான்" சமாளித்தேன். "அதெல்லாம் நாங்க பாத்துக்கிறோம்.. எல்லா team leaders-ம் வராங்க.... நீ ரெடியா இரு". வைத்து விட்டார். அய்யோ.. இந்த துருவின தலையை பத்தி துருவித் துருவி கேட்பாங்களே..

நான் மீட்டிங்க் ஹாலில் நுழையும் போதே ஏற்கனவே நிறைய பேர் வந்துட்டாங்க. அனைவரும் பல நாள் முளைத்த தலை முடியுடனும் தாடியுடனும் மற்றும் என்னை போன்று மாஸ்க்குடனும். என் இருக்கையில் அமர்ந்தேன். 'U' என்ற எழுத்தை அளவெடுத்து வெட்டியது போல் கூந்தலைக் கொண்ட வைஷாலி பெர்ஃப்யும் மணக்க என் அருகில் வந்து 'Agenda' வை கொடுத்து கண் அடித்தாள். "ராஜா.. சூப்பரா இருக்கே... ஹேர் ஸ்டைல் ஆசம்" சொல்லிவிட்டு காதில் கிசுகிசுத்தாள். அவள் சொன்னதை நான் வெளியே சொல்ல முடியாது.

எனக்கு குழப்பமாய் இருந்தது. யாரும் கிண்டலாய் பார்க்கவில்லை. என்ன ஆச்சு இவங்களுக்கு?. மீட்டிங்க் பயத்துல இருக்காங்களா?.. ஒண்ணும் புரியலே. பக்கத்தில் இருந்த ஸ்ரீதரைப் பார்த்து கேட்பதற்குள் GM உள்ளே வந்து அமர்ந்தார். அனைவரையும் கண்களால் அளவெடுத்து, "Well.. உங்களுக்கு தெரிந்திருக்கும்.. நம்ம CEO இந்த Covid-19 நிவாரணத்துக்கு CM கிட்ட நிதி கொடுத்தது.. அப்போ நம்ம CM… நம்ம குரூப் கம்பெனியால இன்னும் ஏதாவது செய்ய முடியுமாம்னு கேட்டிருக்காங்க.. நம்ம PRL sir நிச்சயம் செய்யறேன்னு சொல்லியிருக்காரு… அதனால அவர் ஐடியா-படி சில LAB உபகரணங்கள், மாஸ்க், கையுறை இதெல்லாம் தயாரிக்கப் போறோம். நாம இப்போ இருக்கிற நிலைமைல புதுசா யாரையும் recruit பண்ண முடியாது.. So, நம்ம குரூப் கம்பெனிகளிலிருந்து ஒருத்தர்.. இரண்டு பேர்னு செலக்ட் பண்ணி இதை ஆரம்பிக்கப் போறோம்.. Factory-க்கு ஆள் ரெடி.. மானேஜ் பண்ண உங்களிலிருந்து ஒருத்தரை உங்க Chief Manager announce செய்வார். இதில செலக்ட் ஆகிறவங்களுக்கு நீங்க நினைச்சு பார்க்க முடியாத அளவு இந்த வருஷம் போனஸ் இருக்கும். Over to சாரங்கன்".

சாரங்கன் ஆரம்பித்தார், "இந்த lockdown வேளையில் நீங்க work from home பண்றீங்க.. good.. ஆனா எவ்வளவு பேர் எப்போதும் போல இருக்கீங்க?. நான்

காலையிலே ஃபோன் பண்ணும் போது பாதி பேர் தூக்கத்துல இருந்திங்க.. சில பேர் குளிக்கலை.. சில பேர் ஃபோன் எடுக்காம அப்புறம் பேசினீங்க.. But, ராஜா… freshஆ இருந்தார். அது மட்டும் இல்ல.. ஊர்ல அத்தியாவசிய கடையை தவிர எதுவும் இல்ல.. ஆனா.. அவர் மட்டும் எப்படியோ Spa போய் ஹேர் கட் புது ஸ்டைலில் செய்து வந்திருக்கார். So, எந்த சூழ்நிலையும் ஒரே மாதிரி எடுத்துக்கிற ராஜாவை செலக்ட் செய்கிறேன்". கைத்தட்டல் முடித்து எனக்கு வணக்கம் சொன்னார்கள். வைஷாலி அருகில் வந்து நான் செய்ய வேண்டிய வேலைகளின் தொகுப்பை கொடுத்து, "இதை வெற்றிகரமா முடிச்சா நீ பெரிய லெவலுக்குப் போயிடுவே.. என்னை மறந்துடாத" என்று மீண்டும் கண்ணடித்தாள்.

எனக்கு ஒன்றும் புரியவில்லை. இந்த company-யில இவ்வளவு மாங்கா மடையங்களா?... Car-ல் ஏறும் போது, என்னை அறியாமல் அந்த 2 போலீஸ்காரர்களுக்கும் நன்றி கூறினேன்.

******

தொற்று மனம்

“அம்மா…. என்னை மன்னிச்சுடுமா ப்ளீஸ்” சுகந்தி கண் கலங்கினாள்.

“எப்போ போனே?” அம்மா கவிதா அதட்டினாள்.

“மூனு வாரம் இருக்கும்னு நினைக்கிறேன்”

“அடிப்பாவி.. யாரோட?”

“இக்பால் வந்தான்”

“அவன் என்ன பண்ணான்?”

“அது வந்து.. வந்து.. வீடியோ எடுத்தான்”

“ஏண்டி இப்படி அடங்காம இருக்கே?.இது வெளியே தெரிஞ்சா எவ்வளவு அவமானம்”

“அம்மா.. சாரிம்மா” சுகந்தி கெஞ்சினாள்.

“செய்யறதையெல்லாம் செய்சுட்டு சாரியாம்” கவிதா பொரிந்தாள்.

“அம்மா.. ஏதோ தெரியாம நடந்து போச்சு.. ஏம்மா இப்படி கத்தறே?”

"ஏண்டி டெஸ்ட் எடுத்து ஏதாவது முரண்பாடா ரிசல்ட் வந்தா எவ்வளவு ரிஸ்க்!"

"நீயும், அப்பாவும் டாக்டர்.. அதான் கொஞ்சம் தைரியாமா இருந்தேன்"

"நாங்க டாக்டர்ஸ்னா நீ இஷ்டப்படி இருப்பியா?".... உங்க அப்பாவுக்குத் தெரிஞ்சா எப்படி எடுத்துப்பார்னு தெரியலை"

அப்போது அங்கு வந்த டாக்டர் விமல், "என்ன அம்மாவும் பொண்ணும் சீரியசா பேசிக்கிறீங்க?" என்று கேட்டார்.

கவிதா நடந்ததை விவரித்தாள்.

"கவிதா.. நம்ம ஃப்ரொபஷன் மருத்துவம்... அவளுக்கு சோஷியல் மீடியா.. ஏதோ லாக்டவுன் நேரத்தில நாலைந்து பேரிடம் பேட்டி எடுத்து.. இப்போ கொஞ்சம் ஃபீவர் இருக்குன்னு சொல்றா... அதுக்கு ட்ரீட்மெண்ட் கொடுப்பியா.. அதை விட்டுட்டு அவளை திட்டினா?.. நாம இந்த ஊர்ல பெரிய ஹாஸ்பிடல் வைச்சிருக்கோம். அவளுக்கு பாஸிட்டிவ்னு வந்தாலும் நாம கவனிச்சிக்கப் போறோம். ஏன் அனாவசியமா கவலைப் படறே?. சுகந்தி.. நீ கவலைப் படாதே... உனக்கும் ஒண்ணும் ஆகாது. வா என் கூட" ஆதரவாய் அழைத்துப் போனார்.

******

உச்சா

ஆத்திரத்தை அடக்கலாம் ஆனா மூத்திரத்தை (இது ஒண்ணும் கெட்ட வார்த்தை இல்லேயே???..) அடக்க முடியாதுன்னு சொல்லுவாங்க. கமல் ஒரு படத்திலே சொல்வார், "பழமொழின்னா ஆராயக் கூடாது.. அனுபவிக்கணும். இப்போ நான் அதைத்தான் செய்து கொண்டிருக்கிறேன்.

நான் சிவசுப்பிரமணியன்… 63 வயது. போன வாரம் நானும் என் மனவியும் குருவாயூர் சென்ற போது, பெரிய எழுத்துக்கள் போட்ட 'நாராயணீயம்' புத்தகத்தை அவள் வாங்கும் போது கேட்டேன், "ஏம்மா.. நம்ம வீட்டில தான் 3 புக் இருக்கே.. இன்னும் என்ன?".

"இது என் friend சுபாக்கு.. அவ மாமியாரால சின்ன எழுத்தில படிக்க முடியலையாம்.. வாங்கிண்டு வரச் சொன்னா".

"ஏன்.. நம்ம ஊர்ல கிடைக்காதா?"

"சும்மா தொணதொணன்னு கேள்வி கேட்காதீங்க.. நீங்களா சுமக்கப் போறீங்க?.. டிரைன்ல தானே போறோம்".

"அது சரி.. station வரைக்கும் நாந்தானே சுமக்கணும்." முணுமுணுத்தவாறு நகர்ந்தேன்.

சுபாவின் வீடு... மினி பஸ்ஸில் குரோம்பேட்டையிலிருந்து மாடம்பாக்கம் போற வழியில் 'அம்மன் கோவில் பஸ் நிறுத்தத்தில்' இறங்கி போக வேண்டும் என கோமதி வழி சொல்லி அனுப்பினாள். "Stop-ல இறங்கிப் பார்த்தா இடது பக்கம் ஒரு ரோடு down-ல் இறங்கும்... அதுல 200 அடி நடந்தா வலது பக்கத்துல 46ம் number வீடு.. பச்சை கலர்ல இருக்கும்", Google Map போல சொன்னாள். படுபாவி.. 2000 அடி நடந்தும் கூட வரவில்லை.. ஒரு வழியா வீட்டை கண்டுபிடித்து 'காலிங்' பெல்லை அழித்தியவுடன்.. ஸ்ஸுபா.. சுபா கதவை திறந்தாள். "வாங்க மாமா" வரவேற்றாள். "லொள்" ஒரு நாய் noise கொடுத்தது. "பயப்படாதீங்க மாமா.. கட்டிப் போட்டுத்தான் இருக்கு.. tiger.. sit down" கட்டளையிட்டாள்.

சோபாவில் அமர்ந்து நான் கொண்டு வந்த 'நாராயணீயம்' புத்தகத்தைக் கொடுத்தேன். அவள் உள்ளே சென்று ஒரு டம்ளரில் மோர் கொண்டு வந்து தந்தாள். குடித்துவிட்டு கிளம்பலாம் என்று எழுந்தபோது, "இருங்க மாமா.. கோமதிக்கு இலை

வடாம் பிடிக்கும். மாடிலேர்ந்து எடுத்துண்டு வர்றேன். மாமியாரிடம் பேசிண்டு இருங்க". போனாள். 'இவ கிட்டேயே எனக்கு பேச விஷயம் இல்ல.. இதுல இவ மாமியார் வேறயா?' நினைத்தேன்.

அந்த கிழவி என்னைப் பார்த்து, "தாங்க்ஷ்" என்றார். புத்தகத்தை புரட்டிப் பார்த்தார். ஹாலை நோட்டமிட்டேன்.. வலது பக்க சுவற்றில் சிவபெருமான் தன்குடும்பத்துடன் ஆசீர்வாதம் செய்து கொண்டிருந்தார். நான் அமர்ந்த இடத்தின் நேரே 52" TV சுவற்றில் பதிக்கப்பட்டிருந்தது.. பக்கத்தில் Showcase... அதில் நடு வரிசையில் இரண்டு, மூன்று 'இரயில்வே' பாராட்டிக் கொடுத்த ஷீல்டுகள்.. சுபாவின் கணவர் பெற்றதாய் இருக்கும். மேல் வரிசையில் பெரிய கறுப்பு வெள்ளை photo-வில் 'கோட்' சகிதம் குல்லா போட்டுக் கொண்டு ஒருவர் வெறித்து பார்த்தார்.. இரு விளிம்பில் மல்லிப் பூ மாலையாக சாற்றியிருந்தது. கிழவியின் கணவராய் இருக்கும்.. மற்றொரு வரிசையில் சுபா கணவரோடு இளமைப் பருவத்து படம். பக்கத்தில் எங்கோ வெளிநாட்டில் பனிமலை பக்கத்தில் கட்டிப் பிடித்தபடி 'ஈ' என்று சிரிக்கும் ஒரு ஜோடி.. சுபாவின் வாரிசாய் இருக்கும்.. இன்னும் கீ செயின், பால் கார்டு, வளயல், இத்யாதி இத்யாதிகள். ஹாலின் கடைசியில் சமையற்கட்டு.. வலது பக்கம் ஒரு அறை.. இடது புறம் இரு அறைகள். 20 நிமிடம் ஆகி விட்டது.. பைரவர் கழுத்தை சற்றே சாய்த்து என்னைப்

பார்த்தது. சுபா படி அதிர கீழே வந்தாள். உள்ளே போய் ஒரு டப்பாவில் வடாம் கொடுத்தாள். கூடவே ஒரு 'க்ளாஸில்' Juice கொடுத்தாள். "ஐய்யோ..வேண்டாம்மா" என்றேன். "வெய்யில போறீங்க.. சாப்பிடுங்க" என்றாள்.

அது தான் நான் செய்த தவறு. பஸ் ஸ்டாப் வந்ததும் அடி வயிறு கனத்தது. சனியன்.. இந்த மினி பஸ் எப்போ வருமோ?.. சிறிய அகலம் கொண்ட சாலைதான். ஒரு சில ஆட்டோக்கள், டூ வீலர்கள், சைக்கிள்கள் வந்து போயின. சுற்றும்முற்றும் பார்த்தேன்.. 6 அடி தள்ளி ஒரு காலி மனையின் முன் ஒரு சிறிய வேப்ப மரம் இருந்தது.. அதன் பின்னால் 'போக'லாம் என்று நகர்ந்தேன். அப்போது ஒரு பெண்மணி எதிர்பக்கத்தில் மெதுவாக நடந்து வந்தாள். அவள் கடந்தபின்.. மற்றொருத்தி.. ச்சே.. என் இயற்கை உபாதையை கழிக்க இது உகந்த பாதை அல்ல என உணர்ந்தேன்.

சிறு குழந்தைகள் தான் அதிர்ஷடமானவர்கள். எப்போது வேண்டுமானாலும், எங்கே இருந்தாலும் போகலாம். அதுவும் கைக் குழந்தைகள் கொடுத்து வைத்தவர்கள். வீட்டுக்கு வருபவர்கள் ஆசையாய் தூக்கும் போது சில சமயம் அவர்கள் மூஞ்சியிலே 'அடிக்கும்'. அருகில் இருப்பவர்கள் மகிழ்ச்சியுடன் சிரித்துக் கை தட்டுவார்கள். குழந்தையும்,

“இதெல்லாம் என்ன ஜென்மங்களோ” என்று நினைத்து சிரிக்கும்.

என்ன அவஸ்த்தை இது.. பஸ் வருகிறதா? என உற்று நோக்கினேன். ஒரு எருமை மாடு நடந்துகொண்டே வாலைத் தூக்கி ‘பெரு’நீரை வெளியேற்றியது.. சாலையில் வளைவளைவாய் நீர் கோலங்கள்.. என்னை பொறாமைப்பட வைத்தது.

பள்ளி பருவத்தில் ஒரு நாள் வகுப்பு முடித்துவிட்டு விளையாடிவிட்டு, ஒரு குச்சி ஐஸ் வாங்கி சப்பிக் கொண்டே பள்ளி காம்பவுண்ட் சுவரில் சிறு நீர் போய்க் கொண்டிருந்தபோது.. என் போறாத காலம்.. கணக்கு வாத்தியார் ஆதிசேஷன் அவ்வழியே சைக்கிளில் கடந்து போனார்.. நான் செய்வதறியாது குச்சி ஐஸூடன் கையை உயர்த்தி; “வணக்கம் சார்” என்றேன். அவர் என்னைப் பார்த்தும் பார்க்காதது போல் சென்று விட்டார்.

ஆதிசேஷன் வாத்தியார் ஆஜானுபாகுவாய்... நெற்றி நிறைய நாமத்தோடு.. நின்ற திருக்கோலப் பெருமாள் போல் இருப்பார். மறு நாள் வகுப்பில், “ ஏண்டா.. நானே ‘சிவனே’னு போய்கிட்டு இருந்தேன்.. நீ எனக்கு கூப்பிட்டு வணக்கம் சொல்றே.. அதுவும் எந்த நிலைமைலே? போய் கடைசி பென்ச் மேல நில்லு”, பிரம்பால் ஒன்று போட்டார். வகுப்பு முடிந்ததும் ராகவன் கேட்டான், “ஏண்டா.. அல்சேஷன் (அவர் பட்ட பெயர்) உன்னை

அடித்தது?.. நடந்ததைச் சொன்னேன். “டேய்.. அவசரமா வந்தா இரண்டு டிராயர் பாக்கெட்டிலேயும் பெரிய கல்லை எடுத்து போட்டுக்கோ. அரை மணி நேரம் அந்த உணர்வே இருக்காது”.

அவன் சொன்னது இப்போ நினைவுக்கு வந்தது. கீழே தேடி இரண்டு பெரிய கற்களை ‘பாண்ட்’ பாக்கெட்டிகளில் போட்டுக் கொண்டேன். அந்த நேரத்தில் ‘பஸ் ஸடாப்’ க்கு ஒரு இளைஞன் ஜீன்ஸ் பாண்ட் பனியன் போட்டு வந்தான். அவன் பின்னால் ஒரு யுவதியும் அவனைப் போலவே உடை அணிந்து வந்தாள். என் செய்கையை கவனித்தவன் என்னை வினோதமாய் பார்த்தான்.

அவன் செல் போன் அடித்தது.. “சொல்டா.. மச்சான்.. அம்மன் கோவில் கிட்ட.. ஆமா..”.. அவள் இடைமறித்தாள்.. “டேய்..யாருடா?”.. அவன் தலைமுடியை கலைத்தாள். ‘இரு’ சைகையால் காண்பித்து, “மச்சான்.. என் ஆளோட இருக்கேண்டா”.. அவள் மீண்டும் இடைமறித்து, “போன்ல யாருடா?” இடுப்பை கட்டிப்பிடித்தாள்.. “விடுடி.. விக்ரம்-டீ.. மச்சான்.. நாளைக்கு காந்தி ஜெயந்தியாமே.. அதாண்டா.. ‘சுவச் பாரத்’.. அதுக்கு என் ஆளு அவ ஃப்ரெண்ஸோட தெருவை சுத்தம் பண்ணப் போறதாம்.. அதான்.. கிளீனிங் ஐட்டம் வாங்கித்தர வந்தேன்.. அப்பிடியா? சரி.. நான் வைட் பண்றேன்”.

“ஏய்.. விக்ரம் வண்டியில இந்த பக்கம்தான் வரானாம்.. நான் அவன் கூடப் போறேன்”. அவள் மூக்கைப் பிடித்தான். “டேய்.. விட்றா”.. அவள் அவன் கன்னத்தைப் பிடித்தாள். நான் ஒருவன் அங்கு இருப்பதைப் பற்றி அவர்கள் பொருட்படுத்தவில்லை. செல்ல விளையாட்டுக்கள்.. எப்படி இவர்களால் பொது இடத்தில் இப்படி நடந்து கொள்ளமுடிகிறது?.. ஒரு வேளை என் பார்வை தவறோ? நான் கோழையாகவே வளர்ந்து விட்டேனோ?

நான் ஒன்பதாம் வகுப்பு படிக்கும் போது, ஒரு வெள்ளிக் கிழமையன்று பக்கத்து வீட்டு ராணி குளித்துவிட்டு மொட்டை மாடியில் அவளின் நீண்ட அடர்த்தியான கருங்கூந்தலை சிக்கெடுத்து அலசிக் கொண்டிருந்தாள். அவள் என்னை விட இரண்டு வயது பெரியவள். இருப்பினும்.. அந்த சீயக்காய் சுகந்தத்தில் மயங்கி தரையைத் தொடும் அவள் அழகிய கூந்தலை ரசித்துப் பார்த்துக் கொண்டிருந்தேன். அவள் என்னைப் பார்த்து விட்டாள்.. என் அம்மாவிடம் சென்று, “மாமி.. சிவா என்னைப் பார்க்கிற பார்வையே சரியில்லை” என்று போட்டுக் கொடுத்தாள். அன்று என் அம்மா என்னை விசிறி காம்பு ஒடியும் வரை அடித்தாள். ஏனோ அந்த சம்பவம் இப்போ நினைவுக்கு வந்தது.

அய்யோ.. இன்னும் பஸ் வரவில்லேயே... ஆண்டவா.. சிறு(நீர்) துளி பெருவெள்ளம் போல் வயிற்றில் பரவியது. “நீ போடி.. நான் விக்ரம் கூட

போய்க்கிறேன். என் வருங்கால மாமியார் உன்னைத் தேடப் போறாங்க” அவள் கழுத்தில் கைக் கோர்த்து சொன்னான். அவள், “சரிடா” செல்லமாய் அவன் பின்புறத்தை தட்டினாள். போக மனமில்லாமல் திரும்பித் திரும்பி ‘டாட்டா’ காட்டிக் கொண்டே போனாள். அவள் போன பின்.. வேப்பமர அடியில் ‘போகலாமா’ என நினைத்தேன். ஆனாலும்.. தூய்மைப் பணியில் ஈடுபடப் போகும் அந்த இளைஞன் ஏதாவது சொல்லி விடுவானோ என்று பயமாய் இருந்தது. சாலையை எட்டிப் பார்த்தேன். மினி பஸ் தூரத்தில் ‘மினியேச்சர்’ போல தெரிந்தது. கடவுள் கருணை காட்டி விட்டார்.

பஸ் ஏறியதும், “எங்கே போகணும்?” நடத்துனர் கேட்டார். “யூரின் காலனி... சாரி..யுனைட்டட் காலனி”. என்னை ஒரு மாதிரி பார்த்து விட்டு, “பின் ஸீட் காலியாயிருக்கு பாரு.. போ..உட்காரு” என சென்னை தமிழில் மரியாதை கலந்து சொன்னார்.

நான் பின் இருக்கையில் அமரும் போது கண்ணாடி வழியே.. பஸ் நிறுத்தத்தில் என் கூட நின்றிருந்த இளைஞன் வேப்பமரம் அருகில் ஒதுங்கி ‘பாண்ட்’ ஜிப்பை அவிழ்ப்பது தெரிந்தது.

******

நாத்திகன்

ஊரில் பிரபலமாய் விளங்கும் அந்தக் கோவிலின் கணக்கு வழக்குகளுக்கு ஒரு கணக்காளர் தேவை என்று அறிவிக்கப்பட்டிருந்தது. தகுந்த கணக்காளரை தேர்ந்தெடுக்க அந்தக் கோவிலின் நிர்வாகக் குழு உறுப்பினர்கள் மூவர், நேர்முகத் தேர்வை நடத்திக் கொண்டிருந்தார்கள். கிட்டத்தட்ட ஏழு பேர்களை பார்த்தாகி விட்டது. இருப்பினும் அவர்களுக்கு திருப்தி ஏற்படவில்லை.

அடுத்து வந்தவனின் பெயர் விவேகமணி. பெயர் வித்தியாசமாய் இருந்தாலும் கணக்காளர் பதவிக்கு ஏற்ற படிப்பு மற்றும் அனுபவங்கள் அவனுக்கு நிரம்ப இருந்தது. அனைத்துக் கேள்விகளுக்கும் சரியான பதில்களைச் சொன்னான்.

ஓரளவிற்கு திருப்தியடைந்தவர்களாய், மற்றவர்களிடம் கேட்ட கடைசி கேள்வியை அவனிடம் கேட்டார்கள், “தம்பி, உங்களுக்குப் பிடித்த தெய்வம் யார்?”. அதற்கு அவன், “அய்யா..எனக்கு கடவுள் நம்பிக்கை கிடையாது. நான் ஒரு நாத்திகன்” என்றான்.

அவன் பதிலைக் கேட்டதும் உதவி நிர்வாகி சுந்தரேசன் மிகுந்த கோபம் கொண்டார். "தம்பி, நீங்க வெளியே போங்க.. இந்த வேலை உங்களுக்கு கிடையாது. ஒரு நாத்திகனை வேலைக்கு வைச்சுக்கிற அளவுக்கு இந்த கோவில் தரம் தாழ்ந்ததில்லை" என்றார்.

விவேகமணி ஏதோ சொல்ல முயன்றான். "தம்பி, உங்க விளக்கமெல்லாம் வேண்டாம். முதல்ல கிளம்புங்க" என்று விரட்டிய சுந்தரேசனை, தலைமை நிர்வாகி ராமச்சந்திரன் அமைதிப் படுத்தி, "இருங்க.. அவர் என்ன சொல்றாருன்னு கேட்போம்.. சொல்லுங்க தம்பி" என்றார்.

"அய்யா.. நான் நாத்திகனாய் இருந்தாலும் இந்த வேலைக்கான தகுதி எனக்கு இருக்குன்னு நம்பறேன். நீங்க நம்பிக்கை வச்சுருக்கிற கடவுளை நான் நம்பிக்கையில்லாமல் கேவலமாய் பேசிடுவேன்னு நினைக்கிறீங்க. கடவுள் இருக்கிறாரா? இல்லையான்னு தெரியாதவங்க தான் கடவுளைத் திட்டுவாங்க. கடவுள் இல்லைன்னு தெளிவான நம்பிக்கை வைச்சிருக்கிற நான் ஏன் நிந்தனை செய்யனும்? தவிர, இல்லாத ஒன்றைப் பற்றி யாராவது பேசுவாங்களா? இந்த வேலையில கிடைக்கிற சம்பளம் என் குடும்பத்தை காப்பாற்ற போதுமானது. நீங்களெல்லாம் உங்க பணியிடத்தை கோவிலா மதிப்பீங்க.. நான் இந்த கோவிலை என் பணியிடமா மதிப்பேன். அவ்வளவு தான் நமக்குள்ள

வித்தியாசம். அப்புறம் உங்க இஷ்டம்” என்று எழுந்தான்.

“இருப்பா. .நீ தான் இந்த கோவிலுக்கு இனிமே கணக்காளர். பக்கத்துல இருக்கிற உன் அறையில இரு. நாங்க வந்து கணக்கை ஒப்படைக்கிறோம்” என்று அவனை அனுப்பி விட்டு “எனக்கென்னவோ நாம கும்பிடற தெய்வம் தான் இவனை இங்கே அனுப்பியிருக்குன்னு தோணுது” என்ற சுந்தரேசனை மற்ற இருவரும் வியப்புடன் பார்த்தார்கள்.

******

ஓணான்

“வாளை எடு, வாழ்ந்து காட்டு” இயக்குனர் மணிசேகரன் புதுமுகங்களை வைத்து எடுக்கப் போகும் சினிமா படத்தின் தேர்வுக்காக நான் வந்திருக்கிறேன். நான் யார்? என்று முதலில் சொல்லி விடுகிறேன். என் பெயர் ராகேஷ். பட்டப் படிப்பு முடித்திருக்கிறேன். பள்ளியிலும், கல்லூரியிலும் நடக்கும் கலை நிகழ்ச்சிகளில் நாடகம் மற்றும் நடனம்... நான் இல்லாமல் நடக்காது. நண்பர்கள் என்னை ‘ஹீரோ’ என்று தான் அழைப்பார்கள். என் அப்பா ஒரு பிஸினஸ்மேன். இரண்டு தலைமுறைக்கு சொத்து சேர்த்து வைத்திருக்கிறார். ‘டிகிரி’ முடித்து விட்டு எந்த வேலைக்கும் போகாமல் ‘சிவில் சர்வீஸ்’ படிக்கிறேன் என காலத்தை கழித்தேன். அவருடைய பிஸினஸூக்கு கூப்பிட்டும் நான் போகவில்லை. பல மொழிப் படங்களைப் பார்த்து என் நேரத்தை செலவழித்தேன். ”பையனை ரொம்ப கண்டிக்காதீங்க.. ஏதாவது பண்ணிக்கிடப் போறான். நமக்கு இருக்கிறது ஒரே பிள்ளை. கொஞ்சம் பொறுமையா இருங்க” அப்பாவிடம் அம்மா ஒருமுறை சொல்வதைக் கேட்டேன். அதிலிருந்து அப்பா என் விஷயத்தில்

தலையிடுவதில்லை. ஆனால், இப்போதெல்லாம் எனக்குக் கொடுக்கும் 'பாக்கெட் மணி'யை குறைத்து விட்டார்.

என்னவோ தெரியவில்லை.. சினிமா உலகில் ஒரு கதானாயகனாக ஆக வேண்டும் என நான் தீர்மானித்தேன். அதன் விளைவு தான் இன்று இங்கே நிற்கிறேன்.

நேற்று தான் இந்த விளம்பரத்தை படித்தேன். உடனே 'Parlour' சென்று என்னை அழகு படுத்திக் கொண்டேன். புதிய ஆடை, ஷூ, கூலிங் கிளாஸ் சகிதம் என் 'யமஹா'வில் காலை 9 மணிக்கு புறப்பட்டேன். இந்த படத்திற்கான தேர்வு ஓர் பெரிய கல்யாண மண்டபத்தில் காலை 10 மணி முதல் நடைபெறும் என போட்டிருந்தது. நான் சரியாக 9.20க்கு வந்து விட்டேன். இங்கே என்னடாவென்றால் திருவிழா கூட்டம் போல் பல வயதிலும் மக்கள். அவரவர் தங்களை இளமையாக காட்ட பல்வேறு ஆடைகளில் அலங்கரித்து நின்று கொண்டிருந்தனர். பலர் விடியற் காலையிலே வந்து விட்டதாக சொன்னார்கள். இயக்குனர் இமயம் மணி சேகரன் என்றால் சும்மாவா? அவர் படத்தில் நடிக்க எவ்வளவு பேர் தவமிருக்கிறார்கள். 9.45மணிக்கு உதவி இயக்குனர்கள் உள்ளே நுழைந்தார்கள். இயக்குனர் பின்வழியாக உள்ளே வந்து விட்டார் என பேசிக் கொண்டார்கள். ஆண்களை விட பெண்கள் கூட்டம் அதிகமாக

இருப்பதாய் தோன்றியது. சில பெண்களைப் பார்க்கும் போது "இவளுடன் இணைந்து நடித்தால்... அதுவும் ஒரு 'டூயட்' காட்சியுடன்" மனம் கற்பனை செய்தது. "டேய்..மனதை ஒருமுகப்படுத்து.. அலைபாய விடாதே.. கண்டபடி கற்பனை பண்ணாதே... நீ தேர்வாக வேண்டும்.. இப்போது அது தான் முக்கியம்" மனசாட்சி குரல் கொடுத்தது.

சரியாக 10 மணிக்கு உதவி இயக்குனர்களும் மற்றும் பலரும் வந்து அனைத்து மக்களையும் வயதிற்கு மற்றும் கதாப்பாத்திரங்களுக்கு ஏற்ப பிரித்து தேர்வு விவரங்கள் அனைத்தையும் அனைவரும் எளிதில் புரிந்து கொள்ளுமாறு அறிவித்தனர். தேர்வு ஆறு கட்டங்களாக நடக்கும் என அறிவித்தார்கள். உடலமைப்பு, உச்சரிப்பு, உணர்ச்சியை வெளிப்படுத்தல் என்று வகுத்து இருந்தனர். அவர்களின் சுறுசுறுப்பு என்னை வியக்க வைத்தது. ஒருவருக்கு குறைந்த பட்சம் இரண்டு நிமிடங்கள் தான். தேர்வாகவில்லை என்றால் அவர்களை மண்டபத்திற்கு வெளியே கொண்டு போய் விடுவதற்கு என்று கட்டுமஸ்தானாய் தனி ஆட்கள். சண்டைக் காட்சியில் நடிப்பவர்கள் போலிருந்தனர். கூட்டம் 'கிடுகிடு' வென நகர்ந்தது. என்ன ஒரு திட்டமிடல்...ஆச்சர்யமாக இருந்தது. 'இயக்கும் இமயம்' சரியான பட்டம் தான்.

நான் மூன்று கட்டங்களில் தேர்வாகி விட்டேன். இன்னும் மூன்று தான். அதற்குள் உணவு

இடைவேளை வந்து விட்டது. உள்ளே இருந்த அனைவருக்கும் இயக்குனர் செலவில் சாப்பாடு ஏற்பாடாயிருந்தது. சாப்பாடு பந்தியில் அமர்ந்தேன். எதிரே சில அழகு தேவதைகள். மனசாட்சி மறுபடியும் அடக்கியது. என் பக்கத்தில் ஒரு நாற்காலி காலியாக இருந்தது. அப்போது தான் அவனைப் பார்த்தேன்.

“டேய் ஓணான்” கூப்பிட்டேன். எதிரே இருந்த தேவதைகளும் மற்றும் பலரும் என்னைப் பார்த்தனர். அவன் என் குரல் வந்த திசை நோக்கி குழப்பமானான். “டேய் ஓணான் இங்கப் பாருடா” மறுபடியும் கூப்பிட்டேன். “டேய் ராகேஷ்” ஓடி வந்து அமர்ந்தான். அவன் உருவத்தைப் பார்த்து சிலர் சிரித்தனர்.

“நீ எங்கடா இங்க?” கேட்டேன். “ஏதாவது ‘சான்ஸ்’ கிடைக்குமான்னு வந்தேன். “என்ன..ஹீரோ சான்ஸா?” கிண்டலாய் கேட்டேன். சாப்பாடு பரிமாறினார்கள்.

“ச்சே..சார் படத்தில ஒரு சீன் வந்தாகூட போதும். ‘தலைவர் வாழ்க’ னு கத்தறா மாதிரி இருந்தாலே பாக்கியம்”. “அது உனக்கு கிடைக்கும்.. ஆமா நீ எவ்வளவு கட்டம் தேர்வில தாண்டியிருக்கே?” கேலிப் புன்னகையுடன் கேட்டேன். “இன்னும் கூப்பிடலை.. உட்காருங்க.. கடைசியில பார்க்கறோம்னு சொல்லியிருக்காங்க”. எனக்கு வந்த சிரிப்பில் ‘புரை ‘ஏறியது.

நான் இன்னும் என் நண்பன் ஓணானைப் பற்றி சொல்லவில்லை இல்லையா? சொல்கிறேன். என் உயர் நிலைப் பள்ளியிலிருந்து கல்லூரி வரை நானும் அவனும் ஒரே வகுப்பில் தான் படித்தோம். அவனின் மண்டை சற்று செவ்வகமாக இருக்கும். நெற்றி அகலமாகவும், மூக்கு சப்பையாகவும் இருக்கும். கண் விழிகள் 'கோலி' குண்டுபோல பெரியதாக.... என்றாவது ஒரு நாள் கீழே விழுவது போலிருக்கும். அவன் தலை முடி படியாமல் குச்சி முளைத்தாற் போலிருக்கும். இரு காதுகளும் 'இருக்காது' போல் பக்கவாட்டில் ஒட்டிக் கொண்டிருக்கும். தேகம் மெலிந்து, கை கால் விரல்கள் நீளமாய் அமைந்திருக்கும். இதனால், எங்கள் நண்பர்கள் குழு அவனுக்கு வைத்த பெயர் 'ஓணான்'. அவன் உண்மையான் பெயர் சதாசிவம். அதைக் கூட நாங்கள் 'சாதாசிவம்' என்று தான் விளிப்போம்.

பள்ளியிலும் கல்லூரியிலும் நான் பங்கேற்கும் நிகழ்ச்சிகளில் தனக்கு ஏதாவது 'ரோல்' கொடுக்கச் சொல்லி என்னை கெஞ்சுவான். "டேய்.. விளையாதடா.. போடா" என துரத்துவேன். ஒரு முறை அவன் தொல்லை தாங்காமல் கல்லூரியில் இரண்டாம் ஆண்டு படிக்கும் போது ஒரு நாடகத்தில் 'போலிஸ்' வேஷம் கொடுத்தேன். "த்ரீ நாட் ஃபோர்.. முனியன் கொலை கேஸ் ஃபைலை எடு" என்பேன். "எஸ் சார்" சல்யூட் அடித்துவிட்டுப் போவான். ஒரே ஒரு காட்சி தான். ஆனாலும், நாடகம்

முடிந்ததும் 'போலிஸ்' உடையுடன் ஃபோட்டோ ஸ்டுடியோவில் புகைப்படம் எடுத்துக் கொண்டான்.

அவனின் தந்தை எங்கள் பள்ளியருகே ஒரு 'சைக்கிள் ரிப்பேர்' கடை வைத்திருந்தார். அவரும் இவனைப் போலவே உடலமைப்புக் கொண்டவர். அவருக்கு நாங்கள் வைத்தப் பெயர் 'உடும்பு'. "டேய்.. அங்கிளைப் பாருடா.. ஸ்பேனரை வைத்து போல்ட் நட்டை 'உடும்பு' மாதிரி டைட் பண்றாருடா." கிண்டலடிப்போம். "எப்படி உடும்பு கணக்கா டைட் பண்றீங்க?" கேலியாய் கேட்போம். "தம்பி..தொழில்ல அக்கறையும், அர்ப்பணிப்பும் இருந்தா இதெல்லாம் தானா வரும்பா" சைக்கிள் சக்கரத்தை சரி செய்து கொண்டே சொல்வார். நாங்கள் ஒருவருக்கொருவர் ரகசியமாய் சிரித்துக் கொள்வோம். கல்லூரி இறுதி ஆண்டு முடியும் தறுவாயில் அவர் இறந்து விட்டார். ஓணான் அவன் அம்மா மற்றும் இரண்டு தங்கைகளோடு வேறு ஏரியாவிற்குப் போய் விட்டான்.

அதன் பின் அவனைப் பார்க்கவேயில்லை. இன்று தான் சந்திக்கிறேன். சாப்பிட்டப்பின், 'அப்புறம் பார்க்கலாம்" என்று சொல்லிவிட்டு பிரிந்தேன். நான் ஐந்தாவது நிலை தேர்வில் தோற்று வெளியேறினேன். வெளியே வந்து சிகரெட் பிடிக்கும் போது 'ஓணானை' நினைத்துக் கொண்டேன். "ஒரு வேளை பரிதாபப்பட்டு சாப்பாடு போட்டு அவனை அனுப்பியிருப்பார்களோ" மனம் சொல்லியது.

மூன்று மாதங்கள் கழித்து என் வீட்டுக்கு அருகே இருந்த “வாளை எடு, வாழ்ந்து காட்டு” பட ‘பேனரில்’ கதானாயனுக்குப் பக்கத்தில் வித்தியாசமான மேக்கப் மற்றும் ‘விக்’ முடியுடன் என் நண்பன் ‘ஓணான்’ காட்சியளித்தான். ஆச்சரியமாக இருந்தது. படம் வெளியாகி முதல் வாரத்தில் பார்த்தேன். படம் முழுவதும் கதாநாயகன் கூடவே வரும் பாத்திரத்தில் அவன் நடித்திருந்தான். கதாநாயகன் எடுக்கும் ஒவ்வொரு முயற்சியிலும் மூக்கை நுழைத்து ஏடாகூடமாக ஏதாவது நகைச்சுவையாய் செய்து மாட்டிக் கொள்வது அவனுடைய கதாபாத்திரம். அவன் வரும் காட்சிகளில் மக்கள் கை தட்டி சிரித்தார்கள். பத்திரிக்கைகள் அவன் நடிப்பை பாராட்டியது. ‘அவனுக்குள் இவ்வளவு திறமையா?’ அவனை உதாசீனப்படுத்தியதற்கு இப்போது வருத்தப் பட்டேன்.

இந்த ஒன்றரை வருடங்களில் அவன் நடித்து தோராயமாய் 15 தமிழ் படங்கள் வெளிவந்தது. மற்ற மொழிகளிலும் நகைச்சுவை வேடங்களில் நாலு, ஐந்து படங்கள் வெளியாயின. கிட்டத்தட்ட பாதிக்கு மேல் வெற்றிப் படங்களாய் அமைந்தது. ‘சிரிப்பு சூறாவளி’ என்ற பட்டமும் ஒரு மூத்த இயக்குனரால் வழங்கப் பட்டது. அவனைப் போய் பார்க்கலாமா என்று தோன்றும். ஆனால். உள்ளுக்குள் அவனை பல நேரங்களில் அவமானப்படுத்தியது நினைவுக்கு வந்து தடுக்கும். போனாலும், என்னை எப்படி

வரவேற்பானோ என்று சந்தேகம் வந்து முயற்சியை கைவிடுவேன்.

இயக்குனர் மைக்கேல் புது கதாநாயகனைத் தேடுகிறார் என்று ஒரு நண்பன் சொன்னான். அவர் பட அலுவலகத்திற்கு வந்தேன். பெரிய தோட்டம் நிறைந்த ஒரு இடம். சுற்றிலும் உயர்ந்த மதில் சுவர். நீளமான இரு கதவுகள். கதவின் உட்புறமும் வெளிப்புறமும் வாட்ச்மேன்கள். "அய்யாவைப் பார்க்க முடியாது.. அவர் இங்கில்லை" துரத்தினான். "சார்..ப்ளீஸ்" பர்ஸை எடுத்தேன். "நீங்க முதல்ல இங்கிருந்து போங்க" பிடித்துத் தள்ளினான்.

அப்போது ஒரு கார் வந்தது. வாட்ச்மேன் கதவைத் திறந்தான். அதில் என் நண்பன் ஓணான்.. இல்லையில்லை.. 'சிரிப்பு சூறாவளி' சதாசிவம் உட்கார்ந்திருந்தான். சுதாரித்து "டேய்" என கையசைத்தேன். கண்ணாடி வழியே என்னைப் பார்த்தான். கார் உள்ளே சென்றது. கதவு மூடியது. "சார்.. அவர் என் ஃப்ரண்ட் அதான் சிரிப்பு சூறாவளி சதாசிவம்" கதவருகே போனேன். "யோவ்.. போயா" தள்ளினான். "சத்தியமாங்க.. நானும் அவரும் ஸ்கூல்லேர்ந்து ஒண்ணா படிச்சவங்க.. நாங்க அவரை ஓணா" நிறுத்திக் கொண்டேன். "ஒழுங்காப் போறியா.. இல்ல போலிஸை கூப்பிடவா?" மிரட்டினான். அப்போது பெரிய கதவின் நடுவிலிருந்த சதுரமான சிறிய கதவு திறந்து உள்ளே இருந்த வாட்ச்மேன், "வாசு.. அவரை உள்ளே விடு"

என்றான். கதவு திறந்தவுடன் உள்ளே ஓடினேன். சற்று தூரத்தில் ஒரு மரத்தடியில் என் நண்பன் நின்றிருந்தான்.

“சதாசிவம்” அருகே சென்று அழைத்தேன். “டேய்.. பரவாயில்லை.. என்னை ஓணான்னே கூப்பிடு” என்றான். “டேய்.. நீ பெரிய மனுஷன்டா. பழசையெல்லாம் நினைவு வைச்சுண்டு என்னை கூப்பிட்டு பேசறியே”. “நான் பழசையெல்லாம் என்னிக்கும் மறக்க்க மாட்டேன்” அழுத்திச் சொன்னான்.

“நீ இப்போ உயர்ந்த இடத்துக்கு வந்திட்டே.. ஆனா உன் மதிப்பு தெரியாம நாங்க நிறைய அவமானப்படுத்தியிருக்கோம்.. சாரிடா”.

“ச்சே..சே.. உண்மையை சொல்லனும்னா நான் இந்த உயரத்துக்கு வந்ததுக்கு நீயும் ஒரு காரணம்”. நான் புரியாமல் விழித்தேன்.

“அன்னிக்கு எல்லார் மத்தியிலும் என்னை “ஓணான்”னு கத்திக் கூப்பிட்டே.. அதை அங்கே வந்த இயக்குனர் மணிசேகரன் பார்த்துட்டார். நம்ம பின்னால அவரோட உதவி இயக்குனர் ஒருத்தர் சாப்பிட்டுண்டு இருந்தாராம். நாம பேசினதை அவர்கிட்ட போய் சொல்லியிருக்கார். என் அதிர்ஷ்டம்.. என்னை மாதிரி ஒரு உடலமைப்பு கொண்டவரை தான் அவர் அந்த கதாபாத்திரத்துக்கு மனசில வைச்சிருந்தாராம்”.

“இருந்தாலும் பலபேர் முன்னாடி உன்னை அப்படி கூப்பிடும் போது உனக்கு எப்படி வலிச்சிருக்கும்னு இப்ப உணர்றேன்”

“நான் அப்படி எடுத்துக்கலை.. என் பசியறிந்து நீ உன் பக்கத்துல இடம் போட்டு வரச் சொன்னே..இது தான்டா நம் நட்பு”. எனக்கு கண்களில் நீர் சுரந்தது. “சரி சொல்லு…எப்படியிருக்கே..அப்பா அம்மா சௌக்கியமா? கேட்டான்.

“ஆங்.. நல்லா இருக்காங்க… சதாசிவம்..எனக்கு ஏதாவது சிபாரிசு பண்ண முடியுமா?” தயங்கித் தயங்கி கேட்டேன்.

“ராகேஷ்.. நான் அடுத்தவங்களை சிபாரிசு பண்ற நிலைக்கு இன்னும் வரலை.. அதுவும் தவிர.. சிபாரிசில வந்தவங்க ரொம்ப நாள் இங்க நிலைச்சதில்லை. நான் இந்த ஒன்றரை வருஷத்தில் தெரிஞ்சண்டது என்னன்னா.. இந்த சினிமா ஃபீல்ட்ல காலூன்றி இருக்கிறத்துக்கு… விடா முயற்சி, பொறுமை, திறமை, அதிர்ஷ்டம், முக்கியமா தொழில் பக்தி ரொம்ப அவசியம். நாளைக்கு என்னை விட வித்தியாசமா பண்றவங்க வருவாங்க.. நான் பின்னாடி போயிடுவேன்.. ஆனா.. உண்மையான கலை தாகமும், தொழில் அர்ப்பணிப்பும் இருந்தா.. எந்த ரூபத்திலேயாவது இந்த இண்டஸ்ரியில உலா வரலாம். இதுக்கு நடுவில சம்பாதிக்கிற பணத்தை பத்திரமா நம்ம எதிர்காலத்துக்கு சேர்த்து

வைக்கணும். சரி.. தப்பா நினைச்சுக்காதே.. என்னால ஹெல்ப் பண்ணமுடியலை” “பரவாயில்லைடா.. என்னை மதிச்சு கூப்பிட்டு பேசினியே.. அதுவே போதும்டா” விடை பெற நினைத்தேன்.

“ராகேஷ்.. ஒரு நிமிஷம்” பையிலிருந்து ஒரு கார்டை எடுத்தான். “நீ காலேஜ் படிக்கும் போது ஒரு நாடகத்துல எனக்கு வாய்ப்பு கொடுத்தே.. அதை மறக்க முடியாது. இந்தா.. இவர் பெயர் கார்த்திக் ஹரி.. ‘யூடூபில்’ ரொம்ப பேமஸ்..நிறைய குறும்படங்களை எடுக்கிறார். என் நெருங்கிய சினிமா நண்பர்களில் அவரும் ஒருவர். அதிர்ஷ்டம் இருந்தா கூடிய சீக்கிரம் சினிமா பக்கமும் வருவார். நான் அவர்கிட்டே பேசறேன். உனக்கு இஷ்டமிருந்தா அவர் குறும்படத்தில நடி.. இறைவன் அருள் இருந்தா நீ கதாநாயகனாக நடிக்கும் படத்தில் நானும் நடிப்பேன்... நான் வரேன்.. உள்ளே இயக்குனர் எனக்காக காத்துண்டு இருக்கார்” கை கொடுத்து கட்டியணைத்து விட்டு உள்ளே சென்றான். என் மனம் தெளிவானது.

மரத்திலிருந்து இறங்கிய ஒரு ‘ஓணான்’ கழுத்தை உயர்த்தி உயர்த்தி என்னைப் பார்த்துவிட்டு அடுத்த மரத்தில் ஏறியது.

******

செருப்பு

என் இரண்டு சக்கர வாகனத்தை அமைதிப்படுத்தி ‘ஸ்டாண்ட்’ போட்டேன். ‘சக்தி மெடிக்கல்ஸ்’ கடையில் நுழையும் போதே கண்கள் தானாகவே எதிர் வீட்டிற்கு சென்றது. அவ்வீட்டின் வாசலில் இருந்த வெள்ளை நிற செருப்பு ஜோடிகளைக் கண்டவுடன் ‘பக்’ என்று என் மனது அடித்துக் கொண்டது. கடைக்காரர் என்னை கிண்டலாய் கேட்டார்,

“என்ன பூபதி.. அந்த வீட்டைப் பற்றி உங்ககிட்ட சொன்னதே தப்பா போச்சே.. அப்படி பார்க்கறீங்க!.. ஆசையாயிருந்தா ஒரு தடவை போயிட்டு வாங்க சார்” தங்கப் பல்லைக் காட்டி சிரித்தார்.

“அட நீங்க ஒண்ணு.. சும்மா இருங்க” என் சங்கடத்தை வெளியில் காட்டிக் கொள்ளாமல் வியர்த்திருந்த என் முகத்தைத் துடைத்தேன்.

“அப்புறம் ஏன் இப்படி வேர்க்கிறது?” நக்கலாய் கேட்டார். “ஏங்க வெயில் எப்படி பிளக்கிறது.. சரி.. வெட்டிப் பேச்சு எதுக்கு?.. உங்க ஆர்டரை கொடுங்க.. நிறைய வேலை இருக்கு” துரிதப்படுத்தி

வாங்கிக் கொண்டு கடையை விட்டு இறங்கி ஏதேச்சையாய் பார்ப்பது போல் மீண்டும் அவ்வீட்டை நோக்கினேன். அந்த வெள்ளை நிற செருப்புகள் என்னை பார்த்து முறைப்பது போலிருந்தது.

“அப்பா! நீங்களா இப்படி?... ச்சே.. நினைச்சாலே கூசுது” மனதுக்குள் பொருமினேன். ‘சக்தி மெடிக்கல்ஸ்’ ஒரு குறுகலான சந்தில் நான்கைந்து வீடுகள் தள்ளி இருக்கிறது. அவ்வளவாக ஜன நடமாட்டம் இல்லாத சந்து. போன வாரம் பேச்சுவாக்கில் கடைக்கு எதிரே இருந்த வீட்டை காண்பித்து, அந்த வீட்டில் ஒரு ‘பலான’ பெண் இரண்டு மாதங்களாக வசிப்பதாகவும் எந்நேரமும் ‘வாடிக்கையாளர்கள்’ வந்து கொண்டிருப்பதாகவும் கடைக்காரர் சொன்னது ஞாபகத்திற்கு வந்தது. அப்படிப்பட்ட வீட்டில் என் அப்பாவின் செருப்புக்களா? ‘ஊரில் உன் அப்பா மட்டும் தான் அந்த மாதிரி செருப்பு வைத்திருக்கிறாரா?’ என் உள் மனது கேட்டாலும் அவரின் வாழ்க்கைச் சூழலை நினைக்கையில் அவர் மீது சந்தேகம் வலுத்தது. என் அம்மா இறந்து போய் மூன்று வருடங்கள் ஆகிவிட்டது. ‘எவ்வளவு நாள் தான் ஒருவர் தனிமையில் இருக்க முடியும்? அதுவும் தவிர, பிள்ளைகளுக்கு இது தெரியாது.. அப்படியே தெரிந்தாலும் கேட்க மாட்டார்கள் என்ற தைரியமும் இருக்கலாம்’ என்றெல்லாம் எண்ணியவாறு பல கடைகளுக்கு சென்று என் பணியை முடித்தேன்.

இந்த மெடிக்கல் லைனில் ‘டார்கெட்’ முடிப்பதற்குள் போதும் போதும் என்றாகி விடும்.

இரவில் வீட்டை அடைந்த போது வாசலில் என் அப்பா செருப்புக்கள் இருந்தன. அண்ணியின் கைவண்ணத்தில் உருவான உணவு வகைகள் வீட்டின் உள்ளே மணம் வீசிக் கொண்டிருந்தது. சாப்பிடும் போது மெதுவாய் அண்ணியைக் கேட்டேன், “அண்ணி.. அப்பா மதியம் எங்காவது வெளியே போனாரா?”.

“அம்மன் கோவிலுக்கு போயிட்டு வரேன்னு சொன்னாரு.. ரொம்ப நேரம் கழித்து தான் வந்தாரு. ஒரே கூட்டமாம். களைப்பாய் படுத்துக் கொண்டிருக்கிறார். டிபன் கூட சாப்பிடலை”.

‘அம்மன் கோவில்’ ‘களைப்பு’ என் மனம் ஒரு கணக்குப் போட்டு மதிய காட்சிக்கு ஒரு முடிச்சுப் போட்டது. அண்ணனும் சாப்பிட என் அருகில் அமர்ந்தான். அவனிடம் இதைச் சொல்லி விடலாமா? என நினைத்தேன். அதற்கு முன் ஒரு ‘பரிட்சை’ வைக்கலாம் என தீர்மானித்தேன்.

காலையில் முதல் காரியமாக அண்ணியின் கண்மை கூட்டிலிருந்து மையெடுத்து யாருக்கும் தெரியாமல் அந்த வெள்ளை செருப்புக்களில் பின்பாதங்கள் படுமிடத்தில் விளிம்புகளில் அடையாளமிட்டேன்.

நேற்று போல் நண்பகல் நேரத்தில் 'சக்தி மெடிக்கல்ஸ்' சென்றேன். கடைக்காரர் சிரித்தபடியே கேட்டார், "என்ன பூபதி சார்..நேத்து தான் ஆர்டர் எடுத்தீங்க.. இன்னிக்கும் வந்துட்டீங்க?.. இந்த தெருவை விட மனசில்லை போலிருக்கு".

"அட.. நீங்க வேற.. என் கூலிங்க் கிளாசை மறந்து போய் எங்கோ வைச்சுட்டேன்". "அப்படியா.. நான் பார்க்கலையே" சுற்றும் முற்றும் தேடியாவாறு சொன்னார். என் மனசெல்லாம் எதிர் வீட்டின் மேல் இருந்தது. "ஒகே சார்.. நீங்க கொடுத்த ஆர்டர் ஐட்டமெல்லாம் இன்னிக்கு சாயந்திரம் வந்துடும். வரேன்" என சொல்லி விட்டு திரும்பி மிக மெதுவாக நடப்பது போல் இயல்பாய் எதிர் வீட்டை உற்றுப் பார்த்தேன். நான் 'மை' அடையாளமிட்ட அந்த வெள்ளை செருப்புக்கள் என்னைப் பார்த்து கண்ணடிப்பது போலிருந்தது. உடனே அந்த வீட்டின் கதவைத் தட்டி அப்பாவை ஒரு வாங்கு வாங்கலாமா? என ஆத்திரம் வந்தது. ஆனால், அடக்கிக் கொண்டு என் வண்டியை உதைத்து, உறும வைத்து சட்டென்று அந்த தெருவை விட்டுப் பறந்தேன். அவரை கையும் களவுமாக பிடிக்க வேண்டி அரை நாள் லீவு போட்டு என் வீட்டிற்குப் போனேன்.

காலிங் பெல் சத்தம் எழுப்பியதும் அண்ணி வந்து கதவைத் திறந்தார்கள். "என்ன தம்பி.. அதுக்குள்ள

வந்துட்டீங்க?" பதில் சொல்லாமல் 'ஷூ' வை கழற்றினேன்.

"என்னாடா.. சீக்கிரம் வந்துட்டே? உடம்பு சரியில்லையா?" உள்ளிருந்து அப்பா கேட்டார். என் தலை சுற்றியது. "என்னடா.. பதிலே பேசமாட்டேங்கிற?" அப்பா அதட்டினார்.

"இல்லைப்பா.. கொஞ்சம் தலை வலிக்கிறா மாதிரி இருக்கு. வெயில் வேற அதிகமா இருக்குல்ல.. அதான் லீவு போட்டுட்டேன்".

"சரி.. சாப்பிட்டுட்டு தைலம் தேய்ச்சுண்டு படுத்துக்கோ சரியாயிடும்" அப்பா அன்பாய் சொன்னார். திடீரென்று உடனே, "டேய்.. வெயில்னு சொன்னதும் ஞாபகம் வருது.. உங்க அண்ணனுக்கும் உன்னுடையது மாதிரி ஒரு 'ஷூ' வாங்கித் தாடா. அவன் 'ஷூ' சரியில்லைன்னு இரண்டு நாளா என் செருப்பை போட்டுண்டு போறான். என்னால் எங்கும் போக முடியலை. நேத்து கோவிலிருந்து வருவதற்குள் கால் இரண்டும் பொசுங்கிவிட்டது. இல்லைன்னா எனக்கு வேற செருப்பு வாங்கி கொடு" வேதனையுடன் சொல்லிக் கொண்டு உள்ளே சென்றார். அப்பாவைப் பற்றி தரக்குறைவாக நினைத்ததற்கு வெட்கப்பட்டேன்.

"அப்பா.. ஒரு முக்கியமான பில்லை வாங்க மறந்துட்டேன். இதோ வந்துடறேன்" என்று மீண்டும்

புறப்பட்டேன், என் அண்ணனை காலும் செருப்புமாக பிடிப்பதற்கு!.

****

ஞானக்கடல்

(ஒரு உண்மைக் கதையின் தழுவல்)

தன் பணியை செவ்வனே முடித்து, சிவந்த முகத்துடன் விடை பெற்றுக் கொண்டான் ஆதவன். அவன் கதிர் வழியே வந்த வெப்பத்தை தாளமுடியாமல் தவித்த சென்னைவாசிகளுக்கு அந்த மாலைப் பொழுது சற்று ஆறுதலாக இருந்தது.

களைத்த முகத்துடன் ஆயாசமாய் வந்து தன் வீட்டுக் கதவை தட்டினான் மூர்த்தி. உள்ளே இருந்து வந்து அவன் அப்பா கதவை திறந்தார். "என்னடா எப்படி 'அட்டெண்ட்' பண்ணினே? ஏன் இவ்வளவு 'லேட்'?" எதற்கும் பதிலளிக்க விரும்பாமல் பெருமூச்சு ஒன்றை வெளிப்படுத்தி விட்டு அவன் அறைக்குச் சென்று உடைகளை களைய முற்பட்டான் மூர்த்தி. பின்னாலேயே வந்த அவன் அப்பா பரிவோடு கேட்டார் "மூர்த்தி, வாட் ஹேப்பண்ட்?" "ஒன்னும் இல்லை அப்பா வழக்கம் போல தான்" அலுத்துக் கொண்டான். "நல்லா 'ஸ்ட்ராங்கா' காபி சாப்பிடணும் போல இருக்கு"

"உள்ளே 'ப்ளாஸ்கில்' கலந்து வெச்சிருக்கேன். கை கால்களை அலம்பிக் கொண்டு போய் குடி. மனசை தளர விடாதே. உனக்கு எப்படியும் ஒரு நல்ல வேலை கிடைக்கும்" ஆறுதலாய் சொன்னார்.

மூர்த்தி பட்டப்படிப்பை முடித்தப் பின் டெல்லியில் சில வருடங்கள் வேலை செய்தான். பள்ளிப் பருவத்தில் அவன் இந்தி பயின்றதால் டெல்லியில் வேலை செய்வதை அவன் கஷ்டமாகவே நினைக்கவில்லை. ஆனால் இரண்டு வருடங்களுக்கு முன் அவனின் தாய் இறந்துவிட்டதால், அப்பாவிற்கு துணையாக இங்கேயே நிரந்தரமாக வந்து விட்டான். அவன் அப்பா கணபதி மத்திய அரசு பணியில் இருந்து ஓய்வு பெற்று 'பென்ஷன்' வாங்கிக் கொண்டிருக்கிறார். மனைவி போன கவலையில் உடல் தளர்ந்து சிறிது நோய்வாய்பட்டிருந்தார். இருப்பினும், காலையில் எழுந்து பால் வாங்கி வருவது, தோட்டத்திற்கு தண்ணீர் பாய்ச்சுவது, மகனுடன் சேர்ந்து சமைப்பது, கோவிலுக்கு செல்வது என்று அன்றாடம் தன்னை தயார்படுத்திக் கொள்வார். மகனுடன் டெல்லிக்கு செல்ல விருப்பமில்லாமல் அவர் இருப்பதற்கு சொந்த வீடும், அதைத் தவிர முக்கியமான ஒரு காரணமும் இருந்தது. அது காஞ்சிபுரம். ஏனெனில், தோன்றும்போதெல்லாம் உடனே கிளம்பி காஞ்சிபுரம் சென்று அந்த 'மனித தெய்வத்தை' தரிசித்து வருவார். மூர்த்தியும் கூட அடிக்கடி செல்வார், "காஞ்சிப் பெரியவரை ஒரு முறை

சேவிச்சிட்டு வா. அப்புறம் உன் கஷ்டமெல்லாம் போயிடும்". மூர்த்திக்கு முன்பெல்லாம் அதில் அவ்வளவாக நாட்டம் இல்லாவிடிலும், சமீப காலமாக போய் தரிசனம் செய்துவிட்டு வரலாமே என்று எண்ணம் வந்தது.

அன்று இருவரும் காலையில் எழுந்து காஞ்சிபுரம் செல்லத் தயாரானார்கள். நேற்று இரவு மூர்த்தியே தன் வாயால் பெரியவரை பார்க்க வேண்டும் என்று சொன்னதில் கணபதிக்கு மகிழ்ச்சியாக இருந்தது. இனிமேல் தன் மகனுக்கு ஒரு நல்ல வழி பிறக்கும் என்று அவர் நம்பினார். இருவரும் வீட்டை பூட்டிக்கொண்டு தெருவில் இறங்கிய போது, கணபதியின் நண்பர் ஒருவர் உடல் நலம் சரியில்லாமல் மருத்துவமனையில் இருப்பதாகவும், கணபதியை பார்க்க வேண்டுமென ஆவலாய் இருப்பதாகவும் தகவல் வந்தது. மூர்த்தி தனியாக செல்வதுதான் தெய்வத்தின் கட்டளை போலும் என நினைத்து, மூர்த்தியை சமாதானப்படுத்தி பேருந்தில் ஏற்றிவிட்டு, மருத்துவமனைக்கு கிளம்பிச் சென்றார் கணபதி. அப்பா இல்லாமல் காஞ்சிபுரம் செல்வது மூர்த்திக்கு என்னவோ போலிருந்தது. பாதி வழியிலேயே இறங்கி திரும்பி விடலாமா என்று எண்ணியிருந்தாலும் அப்பாவின் வார்த்தைக்கு மதிப்பு கொடுக்க வேண்டுமென கட்டுப்படுத்திக் கொண்டு பயணித்தான்.

காஞ்சி மடத்தில் ஏகமாய் கூட்டம். பற்பல இடத்திலிருந்து வந்து பரமாச்சாரியார் தரிசனத்திற்காக காத்துக் கொண்டிருந்தனர். அந்த நீண்ட வரிசையில் மிகவும் பின்னால் நின்று கொண்டிருந்தான் மூர்த்தி. பெரியவர் எப்போது தரிசனம் தருவார்? யாரை கேட்பது? என்றெல்லாம் புரியாமல் நின்று கொண்டிருந்தான். அங்கு நின்ற பக்தர்கள் "ஜெய ஜெய சங்கர ஹர ஹர சங்கர" என்று பக்தியுடன் ஜெபித்துக் கொண்டிருந்தார்கள். ஒரு கட்டத்தில் உணர்ச்சி பெருக்கமாய் அனைவரும் பெரும் குரல் எடுத்து சொன்ன போது, பரமாச்சாரிய சுவாமிகள் தரிசனம் கொடுக்க வந்துவிட்டார் என்பதை அறிந்து கொண்டான். அந்த வரிசை சிறிது சிறிதாய் நகர்ந்தது. இருப்பினும் அவன் நின்ற இடத்திலேயே நிற்பதாகதான் உணர்ந்தான்.

அப்போது மடத்தில் இருக்கும் ஒருவர் கூட்டத்தினரை நோக்கி கேட்டுக் கொண்டே வந்தார் "இங்கே யாருக்காவது ஹிந்தி நன்னா தெரியுமா? தெரிஞ்சா வாங்கோ. மகா பெரியவாள் கூப்பிடுகிறார்". தனக்கு தெரியும் என்று சொல்லலாமா என்று நினைத்திருந்தாலும் சற்று தயங்கினான் மூர்த்தி. கேட்டுக் கொண்டே வந்தவர், மூர்த்தியின் அருகே வந்தபோது அவனையும் அறியாமல் அவன் வாய் பதில் அளித்தது "எனக்கு தெரியுங்க". அவனை பெரியவர்களிடம் அழைத்துக் கொண்டு செல்லும்போது, இத்தனை பெரிய கூட்டத்தில் எனக்கு மட்டும் தானா இந்தி தெரியும்?

ஒருவேளை தயக்கத்தினால் யாரும் பதில் அளிக்கவில்லையா? என்று எண்ணியவாறு நடந்தான்.

ஒளி பொருந்திய பிரகாச வடிவமான தேஜோமயமாய், அன்பும், சாந்தமும் குடிகொண்ட ஸ்ரீ சந்திரசேகரேந்திர சரஸ்வதி என்கிற தீக்ஷா நாமம் கொண்ட பெரியவர்கள் முகத்தை பார்த்ததும் அவன் துன்பமெல்லாம் கற்பூரம் போல் கரைந்து விட்டது போல் உணர்ந்தான். கூடவே சொல்ல முடியாத ஒரு அச்சமும் பிறந்தது. அது பக்தியா? பயமா? என்று கூட உணர முடியவில்லை. பெரியவருக்கு பக்கத்தில் வட இந்தியாவில் இருந்து வந்த ஒரு இளைஞன் நின்று கொண்டிருந்தான். அவனுக்கு தமிழ் துளி கூட தெரியாதாம். அவன் பேசும் இந்தியை மொழிபெயர்த்து சொல்ல பரமாச்சாரிய சுவாமிகளின் தொண்டர்கள் பலர் இருந்தாலும் ஏன் கூட்டத்திலிருந்து ஒருவரை அழைக்கச் சொன்னார் என்பது அவர்களுக்கு விளங்கவில்லை.

அந்த வட இந்திய இளைஞன் பெரியவரிடம் உண்டான பக்தியால் உந்தப்பட்டு வந்திருப்பதாகவும், தான் வேத பாட சாலையில் பயில முடியுமா? என்றெல்லாம் ஹிந்தியில் கேட்டுக் கொண்டிருந்தான். அவற்றையெல்லாம் மூர்த்தி மொழிபெயர்த்தான். மடத்தில் உள்ள சிலரும் அதற்கு உதவி செய்தாலும், அவர்களை சைகையில் நிறுத்தச்

சொல்லி மூர்த்தியிடம் மட்டுமே விளக்கச் சொன்னார் காஞ்சி மகா முனிவர். எல்லாம் முடிந்த அந்த இளைஞன் சென்றவுடன், மூர்த்தி வந்த காரணத்தை கேட்டார் பெரியவர். அவன், இன்னாரின் மகன் எனவும், இங்கிருந்து வருகிறான் எனவும் சொல்லிவிட்டு, தனக்கு இன்னும் நல்ல உத்தியோகம் கிடைக்கவில்லை எனவும் சொன்னான். அதைக் கேட்டுவிட்டு பரமாச்சாரியார் புன்முறுவல் செய்துவிட்டு தன் கரங்களினால் ஆசீர்வாதம் செய்தார்.

வெளியே வந்த மூர்த்திக்கு சற்று ஏமாற்றமாகவே இருந்தது. நமது கஷ்டத்தை சொல்லியும் பரமாச்சாரியார் ஏதும் பதிலளிக்கவில்லையே என்று வருந்தினான். ஒருவேளை நமக்கு தகுந்த வேலை கிடைக்காது என்பதை குறிப்பால் உணர்த்திவிட்டாரோ? சே.. இப்படி ஆகும்னு தெரிந்திருந்தால் அப்பாவையும் கூட்டிக்கொண்டு இன்னொரு நாள் வந்து இருக்கலாம் என்ற சிந்தனைகளோடு சென்னைக்கு புறப்பட்டான்.

வீட்டிற்கு வந்தபோது அப்பா புத்தகம் படித்துக் கொண்டிருந்தார். "என்னப்பா உங்க நண்பருக்கு உடல் நலம் எப்படி இருக்கு?" "அதெல்லாம் இருக்கட்டும். அவன் நல்லா இருக்கான். நீ பெரியவர்களை தரிசித்தாயா? சீக்கிரமே வந்துட்டே போல இருக்கு?!" ஆவலுடன் கேட்டார். நடந்ததை

எல்லாம் மூர்த்தி அப்பாவிடம் கூறினான். அவர் சொன்னார்,

"கூட்டத்தில் எங்கோ ஒரு மூலையில் இருந்த நீ முன்னுக்கு போனதை அவர் உனக்கு பரிபூரண ஆசீர்வாதம் செய்ததினாலதான். அவர் உன் ஆதங்கத்தை கேட்ட பிறகு மௌனமாக இருந்தார் என்று வருத்தப்படுகிறாயே, அவர் என்ன நம்மைப் போன்று சாமானியமான மனிதரா! அவருடைய மௌனத்தின் அர்த்தம் உனக்கு தெரியுமா? அந்த புன்னகையின் சக்தி தெரியுமா? இந்தக் காலத்து இளைஞர்கள் எல்லாம் எல்லாவற்றிலும் ரொம்ப அவசரப்படுறாங்க. பொறுமையின்மை தான் உங்க முன்னேற்றத்திற்கு தடையாய் இருக்கு. அனாவசியமாக மன சஞ்சலம் அடையாதே. அவரிடம் உன் பாரத்தை கொடுத்து விட்டு வந்திட்டேயில்லே!, இனி கவலை இல்லாமல் பரமாச்சாரியாரே கதின்னு இரு. என் அனுபவத்தை உனக்கு சொல்றேன்" கணபதி உள்ளே சென்று விட்டார்.

நான்கு நாட்கள் கழித்து மூர்த்திக்கு ஒரு தபால் வந்தது. அதில், கிட்டதட்ட ஒரு வருடத்திற்கு முன் குமாஸ்தா பதவிக்காக எழுதிய ரயில்வே பரீட்சையில் அவன் தேர்ச்சி பெற்றதாகவும், அதற்குண்டான நேர்முகத் தேர்வுக்கு வர சொல்லியும் குறிப்பிடப்பட்டிருந்தது. அவன் அடைந்த மகிழ்ச்சிக்கு எல்லையே இல்லை.

"அப்பா, காஞ்சிக் கடவுளின் கருணையே இப்போ தெரிஞ்சுகிட்டேன். இந்த 'இன்டர்வியூ'வில் நான் 'பாஸ்' பண்ணிட்டா நல்லா இருக்கும் என்றான்.

"டேய், கவலைப்படாதே நிச்சயம் காஞ்சி காமகோடியின் கருணையினாலும், உன் திறமையினாலேயும் உனக்கு இந்த வேலை கிடைக்கும். இன்னும் ஒரு வாரம் தான் இருக்கு, முழு மூச்சா 'இன்டர்வியூ'க்கு தயார் பண்ணிக்கோ". சொல்லிவிட்டு கணபதி பூஜை அறைக்குள் நுழைந்தார்.

அந்த நேர்முகத் தேர்வுக்கு பின் ஒரு மாதம் கழித்து அவனை வேலைக்கு அமர்த்த உத்தரவாதம் வந்துவிட்டது. திருச்சியில் அவனுக்கு 'போஸ்டிங்' கிடைத்தது. வீட்டை வாடகைக்கு விட்டு விட்டு அப்பாவையும் தன்னோடு வற்புறுத்தி அழைத்துப் போனான். இருப்பினும் அங்கு அவருக்கு இருப்புக் கொள்ளவில்லை. அடிக்கடி ஸ்ரீரங்கம், உச்சிப் பிள்ளையார், திருவானைக்காவல், என்று போய் வந்தாலும், மாதத்திற்கு ஒரு முறையேனும் மகனுடன் காஞ்சிபுரம் வந்துவிடுவார். ஆனாலும் தான் நினைத்த மாத்திரத்தில் காஞ்சிக்கு கிளம்ப இயலவில்லையே என்ற ஆதங்கம் அவருக்கு நிறையவே இருந்தது. "கவலைப்படாதீங்க 'டிரான்ஸ்பருக்கு அப்ளளை' பண்ணி இருக்கேன். இன்னும் இரண்டு வருடத்தில் சென்னைக்கு

போய்விடலாம்" என்று தந்தைக்கு ஆறுதல் சொல்வான் மூர்த்தி.

இப்படியாக ஒரு வருடத்திற்கும் மேல் கடந்து போது, ரயில்வேயின் சென்னை தலைமை அலுவலகத்தில் 'ஹிந்தி அசிஸ்டன்ட்' என்கிற வேலைக்கு உத்தியோகத்தில் உள்ளவர்கள் விருப்பமிருந்தால் தேர்வில் கலந்து கொள்ளலாம் என்று சுற்றறிக்கை வந்தது. சென்னைக்கு திரும்பச் செல்ல இது ஒரு சந்தர்ப்பமாக அமையட்டும் என நினைத்து, பெரியவர்களை மனதார வணங்கி கொண்டு, தேர்வில் கலந்து கொண்டு, வெற்றியும் பெற்று சென்னைக்கு திரும்பவும் வந்தான் மூர்த்தி. கணபதிக்கு மிகுந்த சந்தோஷமாக இருந்தது.

முதல் நாள் சென்னையில் உத்தியோகத்திற்கு போய்விட்டு வந்த மூர்த்தியிடம் கணபதி, உள்ளே நுழைந்த உடன் வினாவினார் "என்னப்பா உனக்கு என்ன மாதிரி வேலை? சுலபமாக இருக்கா?". அப்பாவிற்கு பதில் கூட சொல்லாமல் முதல் வேலையாய் பூஜையறைக்குள் நுழைந்த காஞ்சி மகா முனிவரின் படத்திற்கு முன் சாஷ்டாங்கமாய் விழுந்து நமஸ்கரித்தான். எழுந்த போது அவன் கண்களில் நீர் நிரம்பியிருந்தது. "என்ன மூர்த்தி? எனி 'ப்ராப்ளம்'? கணபதி ஆதரவாய் கேட்டார்.

"இல்லையப்பா பரமாச்சாரியாரின் மௌனத்தின் அர்த்தம் உனக்கு தெரியுமான்னு அன்னிக்கு

கேட்டீங்க. அதை நான் இப்போ அனுபவபூர்வமாக உணர்கிறேன். அப்பா, காலையில் வேலைக்கு சேரும் முன் என் மேலதிகாரியை பார்த்தேன். அவர் என்னைப் பற்றி விசாரித்துவிட்டு, நான் திருச்சியில் வேலை பார்த்த விவரங்களை கேட்டுவிட்டு, "மூர்த்தி இந்த 'ஹிந்தி செக்ஷனில்' நிறைய விதமான வேலைகள் இருக்கின்றன. இப்போ உனக்கு கொடுக்கப் போறது ஒரு சுவாரஸ்யமான வேலை. ஆனால் இந்த வேலையை ஏனோ இங்கே வேலை பார்க்கிறவங்க அநேகமா விரும்பறது இல்லை. தப்பு நிறைய வந்திருமோன்னோ, இல்லை ரொம்ப 'போர்' அடிக்கிறதுன்னோ நக்கலா சொல்லிவிட்டு நழுவி விடுறாங்க. ஆனால் உன்னிடம் பேசியவுடன் நான் முடிவு செய்து விட்டேன். இதுக்கு நீ தான் சரியான திறமையுள்ளவன்னு. அதாவது டெல்லியில் உள்ள நம்ம 'ரயில்வே போர்டு' நிறைய சர்குலர்களை ஹிந்தியில் அனுப்பும். அதை அப்படியே இங்கிலீஷில் மொழிபெயர்த்து நமக்கு கீழ் இருக்கிற அலுவலங்களுக்கு அனுப்பனும். அதே மாதிரி இங்கிருந்து அனுப்பப்படும் ஆங்கில கடிதங்களை ஹிந்தியில் மொழி பெயர்த்து அனுப்பனும். கவனமாய் செய்ய செய்ய உனக்கு இரண்டு மொழிகளிலும் நல்ல தேர்ச்சி உண்டாகும். உனக்கு மொத்தத்தில் இது ஒரு மொழி பெயர்ப்பாளர் உத்தியோகம் மாதிரி. இந்த வேலை உனக்கு ரொம்ப பிடிக்கும்னு நான் நம்புகிறேன்" என்றார். அப்பவே எனக்கு மூளையில் பொறி தட்டியது போல் இருந்தது.

இதே வேலையை தானே அன்று பரமாச்சாரியார் எனக்குத் தேடி கொடுத்தார். அதாவது பிற்காலத்தில் நீ இதை தாண்டா செய்யப் போகிறாய்னு அன்றே குறிப்பால் உணர்த்திட்டாரே. அந்த ஞானக்கடலை சாதாரணமா நினைச்சிட்டேனே" மூர்த்தி தழுதழுத்து சொன்னான். "ஹர ஹர சங்கர ஜெய ஜெய சங்கர" என்று இருவர் மனமும் துதித்தது.

(தற்போது மூர்த்தி பணி ஓய்வு பெற்று விட்டார் என்பது கூடுதல் செய்தி)

****

www.ingramcontent.com/pod-product-compliance
Lightning Source LLC
LaVergne TN
LVHW060420051026
849518LV00007B/2632
* 9 7 8 9 3 5 6 6 7 4 3 7 0 *